அதிர வைக்கும் அகோரிகள்

குன்றில்குமார்

AF756779

சங்கர் பதிப்பகம்

15/21, டீச்சர்ஸ் கில்டு காலனி,
2வது தெரு, இராஜாஜி நகர் விரிவு,
வில்லிவாக்கம், சென்னை - 600 049
தொலைபேசி : 2650 2086
Email: shankar_pathippagam@yahoo.com

Athira Vaikkum Agorigal

அதிர வைக்கும் அகோரிகள்

Kundril Kumar

© வெளியீட்டாளர்கள்

முதல் பதிப்பு	:	2021
விலை	:	Rs.175/-
மொத்த பக்கங்கள்	:	176
வெளியிட்டோர்	:	சங்கர் பதிப்பகம், 15/21, டீச்சர்ஸ் கில்டு காலனி, 2வது தெரு, இராஜாஜிநகர் விரிவு, வில்லிவாக்கம், சென்னை - 600 049 தொலைபேசி : 2650 2086
ஒளி அச்சு	:	பாலா கிராஃபிக்ஸ்
முன் அட்டை	:	N. ரமேஷ்
அச்சிட்டோர்	:	எம்.கே.கிராபிக்ஸ், சென்னை - 600 021

என்னுரை

அகோரிகளைப் பற்றி தற்போதுதான் தமிழக மக்களுக்குத் தெரிய வந்து கொண்டிருக்கிறது.

இவர்கள் பிணம் தின்னிகள்..

நாகரீகமற்ற கற்கால மனிதர்கள்..

சாமியார்கள் என்ற போர்வையைப் போர்த்துக் கொண்டிருக்கும் ஆபத்தானவர்கள்..

அருவருக்கத்தக்கவர்கள்..

இப்படியெல்லாம் பல்வேறு கருத்துக்கள் உள்ளன.

இவை உண்மைதானா?

அகோரிகள் என்பவர்கள் யார்?

இவர்கள் ஏன் அருவருக்கத்தக்க அளவிற்கு நடந்து கொண்டிருக்கிறார்கள்?

இதுபோன்ற கேள்விகளுக்கெல்லாம் விடை தெரிவதற்காக எழுதப்பட்ட புத்தகம் இது.

பயங்கரமாகவும், திகிலாக இருந்தாலும் முழுதாகப் படியுங்கள். முடிவை நீங்களே எடுத்துக் கொள்ளுங்கள்

ப்ரியங்களுடன்

குன்றில்குமார்

பதிப்புரை

அகோரிகளைப் பற்றிய பல்வேறு தகவல்களைத் திரட்டி இந்நூல் தயாரிக்கப்பட்டுள்ளது.

மர்மங்கள், பயங்கரங்கள், திகில்கள், நினைத்துப் பார்க்கவே முடியாத அருவருப்பு நிகழ்வுகள்... என்று ஏராளமாக இதனுள் விரவிக் கிடக்கின்றன.

வடஇந்தியாவில் இந்துக்களால் போற்றி வணங்கப்படும் இவர்களைத் தென்இந்தியர்கள் அவ்வாறு செய்வதில்லை.

அதற்குக் காரணம் இவர்களின் செயல் பாடுகள்.

இவற்றைத் தெளிவாக விவரிக்கிறது இந்நூல்.

உண்மையிலேயே அகோரிகளைப் பற்றி அதிர வைக்கும் பல்வேறு உண்மைகளைத் தாங்கி நிற்கிறது.

பல்வேறு விமர்சனங்களுக்கு உள்ளாகிக் கொண்டிருக்கும் அகோரிகள் உண்மையில் எப்படிப்பட்டவர்கள்?

தெரிந்து கொள்ளுங்கள் இதனைப் படித்து.

பதிப்பாளர்

உள்ளே...

உலகை நேசி

அசுத்தங்களை நேசி

இருளை நேசி.

அது வெளிச்சத்தை நோக்கி

உன்னைக் கொண்டு போகும்

1

அகோரிகள் யார்?

உடம்பில் ஒட்டுத் துணியும் இல்லாமல் முழுநிர்வாணமாக அலைந்து திரிவார்கள்.

கழுத்தில் மண்டையோடுகளால் ஆன மாலையை அணிந்திருப்பார்கள்.

கையில் பிச்சைப் பாத்திரம் ஒன்றும் இருக்கும். அதுவும் மண்டையோட்டால் ஆனது.

சுடுகாடுதான் இவர்களின் ரிசார்ட்டாக இருக்கும்.

பிணங்களை எரியூட்டிய சாம்பலை உடல் முழுவதும் பூசிக் கொள்வர். சொல்லப்போனால் அதுதான் அவர்களின் ஆடை.

ஜடா முடியுடன் காணப்படும் இவர்களின் உடம்பில் வேறு முடியே இருப்பதில்லை.

வயதான போதிலும் முடி மட்டும் நரைப்பதே இல்லை. எப்போதுமே 'கருகரு' தான்.

முதுமையிலும் இவர்களின் உடலமைப்பு இளமையில் இருந்ததுபோலவே இருக்கும். தளர்வோ, சுருக்கங்களோ ஏற்படுவது இல்லை.

எப்போதும் இவர்கள் 'கஞ்சா' என்னும் போதைப் பொருளைப் புகைத்துக் கொண்டு மயக்கத்திலேயே இருப்பார்கள்.

பெண்கள் மீது மோகம் ஏற்பட்டுவிடக் கூடாது என்பதற்காக ஆணுறுப்புகளைச் சிதைத்து விடுவார்கள்.

சிவபெருமானின் தீவிர பக்தர்களான இவர்கள் எப்போதும் 'ஜய ஜய சங்கர ஹர ஹர சங்கர...' என்னும் மந்திரச் சொல்லை முழங்கிக் கொண்டே இருப்பர்.

பிணங்களின் மீதமர்ந்து கொண்டு வழிபாடு செய்யும் படுபயங்கர சாதுக்கள்.

பூஜையோடு நிறுத்திக் கொள்ளாமல், அதன்பின்னர் பிணங்களின் உடலுறுப்புகளை வெட்டி எடுத்து வேகவைத்தோ, வைக்காமலோ சாப்பிடுவார்கள்.

அழுகிய உணவு முதல் மனிதக் கழிவுகள் வரை எதனையும் அசிங்கம் பார்க்காமல் வாய்க்குள் தள்ளும் சாமியார்கள்.

இறந்த பின்னர் இவர்களை எரிக்கவோ, புதைக்கவோ கூடாது. கங்கை நதியில் எறிந்துவிட வேண்டும். அவர்களது உடல் சிவபெருமானின் மற்றொரு அவதாரமான பைரவரைச் சென்று அடைவதாக நம்பிக்கை இவர்களுக்கு.

தங்களை விளம்பரப்படுத்திக் கொள்ளவே மாட்டார்கள். இவர்களின் கால்களைத் தொட்டு வணங்கிச் செல்லும் பக்தர்களை ஏதோ மூன்றாவது மனிதரைப் போல வேடிக்கை பார்ப்பார்கள்.

பல்வேறு அமானுஷ்ய சக்திகள் இருந்தபோதிலும் அதனை வெளிப்படுத்திக் கொள்ளவே மாட்டார்கள்.

பெண் யோகிகளும் ஆண் யோகிகளும் கலந்தே இருந்தாலும், பெண் யோகிகளை இனம் கண்டு உணர்ந்து கொள்வது மிகக் கடினம்.

குறைந்தது ஐம்பது பேர் கொண்ட குழுவாகவே அணிவகுத்துச் செல்லும் இவர்களில், யோகிகளின் தலைவர் யார் என்பதைத் தெரிந்து கொள்ளவே முடியாது.

இதுபோன்ற நிலைப்பாடுகளை எடுப்பதற்குக் காரணம், இதற்கு மேல் அவர்களுக்கு மறுபிறவியே இருக்காது என்ற நம்பிக்கையே.

இதுபோன்றும், இதைவிட இன்னும் பயங்கரமானதுமான பல தகவல்கள், கதைகள் இந்த அகோரிகளைப் பற்றி அவரவர் இஷ்டத்திற்கு அளந்து விடப்பட்டுக் கொண்டிருக்கிறது.

இதுபோன்ற தகவல்கள் நமக்கு அதிர்ச்சியாகவும், நம்பவே முடியாததாகவும் இருப்பதால், இவர்களைப் பற்றி இன்னும் அதிகமாகத் தெரிந்து கொள்வதில் ஒரு ஈர்ப்பு இயல்பாகவே எழுகிறது.

நெருக்கடி மிகுந்த சாலையில் நடந்து போய்க் கொண்டிருக்கிறோம். திடீரென்று நமக்குப் பின்னால் சற்று தொலைவில் ஒரு பயங்கர சப்தம்.

'என்ன அது?' என்று திரும்பிப் பார்க்கிறோம்.

நிறைய பேர் சப்தம் வந்த திசையை நோக்கி புழுதி பறக்க ஓடுகின்றனர்.

ஒன்றும் புரியவில்லை. குழப்பம். நம்மைப் போலவே குழப்பத்துடன் அருகே நிற்பவரிடம், "என்ன சப்தம்?" என்று கேட்கிறோம். அவரும் நம்மைப் போலவே இங்கே நிற்பவர் தான் என்பதை மறந்து கேட்கிறோம்.

அவரும் அரைகுறையாகத் தெரிந்ததை வைத்துக் கொண்டு, "ஏதோ ஆக்சிடெண்ட்" என்கிறார்.

பதற்றம் தொற்றிக் கொள்ள ஓடுகிறோம். அதற்குள் அங்கிருந்து வரும் ஒருவரிடம் விபரம் கேட்க, அவரும், "டூ வீலர் மீது பஸ் மோதி ஆக்சிடெண்ட். ஆள் ஸ்பாட்டிலேயே காலி" என்கிறார்.

இப்போது பதற்றத்துடன் ஒரு ஆர்வமும் தொற்றிக் கொள்கிறது. அதைப் பார்ப்பதற்கு வேகமாகக் கிளம்ப எத்தனிக்கும்போது அந்த மனிதர் சொல்கிறார், "வேண்டாம். பார்க்காதீர்கள். கோரமாக இருக்கிறது."

'கோரமாக' என்றால் பார்க்கவே முடியாத அளவிற்கு அந்த மனிதர் அங்கே சிதைந்து சின்னாபின்னமாகிக் கிடக்கிறார் என்று அர்த்தம். அவர் மண்டையோடு தனியே கழன்று, இரத்தக் குளமாகக் கிடக்கலாம். குடல் வெளியே வந்து மாலை போல வளைந்து நெளிந்து கிடக்கலாம்.

இப்படி ஏதோ ஒரு பயங்கரம் அங்கிருக்கிறது. அதனால் தான் அந்த மனிதர் எச்சரிக்கை விடுத்தார்.

ஆனால் நாம் என்ன செய்கிறோம்?

அவரது எச்சரிக்கையைத் துடைத்தெறிந்துவிட்டு வேகமாக அங்கே ஓடுகிறோம். 'கோரக் காட்சி' என்பது தெரிந்தும் அதனைப் பார்ப்பதற்குத் தவிக்கிறோம்.

இதுதான் மனித இயல்பு.

இதுதான் மனித சுபாவம்.

மலர்க் கண்காட்சி நடக்கிறது என்று சொன்னால் அதனை நாளை பார்க்கலாம் என்று தள்ளிப்போடுகிறது மனம்.

அதேநேரத்தில் புயல் கரையைக் கடக்கப் போகிறது என்று வானிலை அறிவிப்பு வந்தால், கடற்கரைக்குச் சென்று புயல் கரையைக் கடப்பதை நேரில் பார்க்கத் துடிக்கிறது மனம்.

நன்மையை அளிக்கும் நேர்மறைச் செயலை விடவும், தீங்கை விளைவிக்கும் எதிர்மறைச் செயலைத் தேடியே மனித மனங்கள் வேகமாக நகர்கின்றன.

இது இயற்கையின் விந்தை.

இறைவனின் படைப்பு.

யதார்த்தம்.

இப்படித்தான் அகோரிகள் படுபயங்கரமானவர்கள் என்று தெரிந்ததும், அவர்கள் எப்படிப்பட்ட பயங்கரமானவர்கள் என்றும் இன்னும் அதிகமாகத் தெரிந்து கொள்ள மனம் துடியாய்த் துடிக்கிறது.

அந்தத் துடிப்பின் வேகமும், உள்மன ஆழத்தின் வேகமும், அடக்க முடியாத ஆர்வமும் நம்மைப் படுத்தி எடுப்பதால், அகோரிகளைப் பற்றிய விஷயத்திற்கு தாமதமின்றிச் செல்வதே மேல்.

நாம் சற்று முன்னர் பார்த்தோம் 'கோர விபத்து' பற்றி.

'கோரம்' என்றால் 'பயங்கரம்' என்று எடுத்துக் கொள்ளலாம். 'அருவெருப்பு' தரத்தக்க விதத்தில் இருப்பதாகவும் எடுத்துக் கொள்ளலாம்.

நமது தமிழில் 'யோக்கியன்' என்றால் 'நல்லவன், ஒழுக்கமானவன்' என்பதாக அர்த்தம். இதற்கு எதிர்மறையாக 'கெட்டவன், ஒழுக்கமற்றவன்' என்பவனை எப்படிச் சொல்வோம்?

'அயோக்கியன்'.

இங்கே 'யோக்கியன்' என்பதுடன் 'அ' என்ற எழுத்து இணைந்து கொள்கிறபோது அதன் அர்த்தம் எதிர்மறையாகி விடுகிறது.

இதேபோல 'தர்மம்' என்பதற்கு எதிர்ப்பதம் 'அதர்மம்'. அதாவது இங்கும் 'அ' இணைவதால் அது எதிர்ச்சொல்லாகி விடுகிறது.

'சத்தியம்' என்னும் வார்த்தையுடன் 'அ' இணைந்து கொள்ளும்போது அது 'அசத்தியம்' என்றாகிறது. அதாவது சத்தியத்திற்கு எதிர்ப்பதம் ஆகிவிடுகிறது.

இவ்வாறு 'அ' என்னும் தமிழின் முதல் எழுத்து ஒரு பொருளை எதிர்மறையாக்கி விடுகிறது. அப்படிப்பட்ட சக்தி

தமிழ் மொழியைத் தவிர வேறு எந்த மொழிகளில் எல்லாம் இருக்கிறது என்கிற ஆய்வில் ஈடுபடுவது தற்போது சம்பந்தமற்ற வேலை.

ஆக, 'கோரம்' என்ற வார்த்தையுடன் 'அ' என்னும் தமிழ் மொழியின் முதலெழுத்து இணைகிறபோது அது 'அகோரம்' என்றாகிறது.

நாம் ஏற்கெனவே பார்த்ததுபோல 'அ' இணைகிறபோது அதன் பொருள் எதிர்மறையாகிறது.

இங்கே 'அகோரம்' என்ற வார்த்தையானது 'கோரம்' என்பதின் எதிர்ப்பதமாக இருக்கிறது என்பதில் சந்தேகம் வரத் தேவையில்லை.

இப்போது எடுத்துக்கொண்ட விஷயத்திற்கு வருவோம். 'கோரம்' என்றால் என்ன பொருள்?

'மோசமான, பயங்கரமான, அருவருப்பான...' இப்படித்தான் பொருள். அதனால்தான் மோசமான விபத்தை நாம் 'கோர விபத்து' என்கிறோம்.

அப்படியானால் 'கோரம்' என்பதன் எதிர்ப்பதமான 'அகோரம்' என்பதன் பொருள் என்னவாக இருக்கும்?

'நல்லவிதமான, பயங்கரமற்ற, சாதுவான, அழகான...' என்பதாகத்தான் இருக்க வேண்டும்.

'அகோரம்' என்பது அஃறிணை.

இது ஒரு மனிதரைச் சுட்டுகிறபோது 'அகோரி' என்றாகிறது.

ஆக, 'அகோரி' என்பவர்கள் 'நல்லவர்கள், சாதுக்கள், அழகானவர்கள்..' என்பதாகத்தான் அர்த்தப்படுகின்றனர்.

அகோரிகளின் ஆதரவாளர்கள் இப்படித்தான் வக்காலத்து வாங்கி வருகின்றனர்.

அதற்கு அவர்கள் எடுத்துக்காட்டாக வடமொழிச் சொல்லையும் பிரயோகப்படுத்துகின்றனர்.

தமிழில் 'கேவலம்' என்று சொல்வதுண்டு. இதன் அர்த்தம் 'அசிங்கம்'. இன்னும் சொல்லப்போனால் 'கீழ்நிலையில் இருப்பது'.

இதே வார்த்தை வடமொழியிலும் உண்டு. அதனை 'கேவல' என்பார்கள். இதற்குப் பொருள் என்னவென்றால், 'மேலான, மேல்நிலையைச் சார்ந்த, உயர்ந்த' என்பது.

அதாவது 'கேவல சைதன்யம்' என்று வடமொழியில் கூறுவர். இதற்குப் பொருள், 'உன்னதமான, தூய்மை நிலையான'.

ஆக, வடமொழியில், 'அகோரி' என்றால் 'சாது' என்று அர்த்தப்படுகிறது.

மாறாக தமிழில் அர்த்தப்படுத்திப் பார்த்தாலும், 'நல்லவர்' என்றே வருகிறது.

எனவே, 'அகோரிகள்' என்பவர்களைப் பெரும்பாலான சாதாரணர்கள் கொச்சைப்படுத்திச் சொல்வது தவறு. அவர்கள் 'மேன்மைமிக்க சாதுக்கள்' என்பதே சரியானது என்பதாக அவர்கள் வாதிடுகின்றனர்.

மேலும், வடநாட்டில் உள்ள துறவிகள் 'அகாடாக்கள்' என்றே அங்கு அழைக்கப்படுகின்றனர். இவர்களை 'அகாராக்கள்' என்று அழைப்போரும் உண்டு.

உச்சரிக்கும் விதத்தில் சிறிய மாற்றம் இருப்பதைத்தவிர, இவர்கள் அனைவருமே 'துறவிகள்' என்பதில் மாற்றமில்லை.

இவர்கள் சைவ அகாடாக்கள், வைராகி அகாடாக்கள் என்று பன்னிரெண்டு வகையாகப் பிரிந்து இருக்கின்றனர். பல்வேறு பிரிவுகளாக, ஒருவரைப் பற்றி ஒருவர் தெரிந்து கொள்ளாமலேயே, ஆனால் ஒரே குறிக்கோளுடன், ஒரே மரபைக் கடைப்பிடித்து ஒழுகி வந்த அகாடாக்களை ஆறு பிரிவாகப் பிரித்து, அவர்களை முறைப்படுத்தி, நெறிப்படுத்தி, அனைவரையும் இணைத்த அருஞ்செயலைச் செய்தவர் ஆதிசங்கரர் என்று சொல்லப்படுகிறது.

ஆதிசங்கரர் வாழ்ந்த காலம் கி.மு.வா அல்லது கி.பி.யா என்பதில் இன்னும் குழப்பம் இருக்கத்தான் செய்கிறது. அது எப்படியிருந்தாலும் சுமார் இரண்டாயிரம் ஆண்டுகளுக்கு முன்னரே அகாடாக்கள் ஆறு அமைப்பாக ஒருங்கிணைக்கப் பட்டுள்ளனர் என்பது உறுதியாகத் தெரிகிறது.

இதனிடையே ஆதிசங்கரர் இவ்வாறு அகாடாக்களை ஆறு பிரிவாகப் பிரித்ததாகச் சொல்லப்படுவதை ஏற்காதவர்களும் உண்டு.

இந்நிலையில் இந்த ஆறு பிரிவுகளும் காலப்போக்கில் இன்னும் உருமாறி பன்னிரெண்டு பிரிவுகளாகி விட்டதாகச் சொல்லப்படுகிறது. தற்போது பதின்மூன்று பிரிவுகள் இருப்பதாகவும் தெரிகிறது.

எனினும் இந்த அகாடா பிரிவுகளில் முதன்மை இடத்தைக் கைப்பற்றி இருப்பது 'சைவ அகாடாக்கள்'.

இதில் மகா நிர்வாணி, அடல், நிரஞ்சனி, ஆனந்தா ஆகிய நான்கு அகாடாக்கள் அடங்கியுள்ளன. இந்த நான்கிலும் முதலிடத்தை ஆக்ரமித்திருப்பது 'மகா நிர்வாணி அகாடாக்கள் அமைப்பு'.

இவர்களை ‘நிர்வாண சாதுக்கள்’ என்பார்கள். தென்னிந்தியாவைப் பொருத்தமட்டில் இவர்கள் அனைவரும் ‘நிர்வாண சாமியார்கள்’.

‘நாகா சாதுக்கள்’, ‘நாகா பாபா’, நாகா சன்யாசி’ என்றும் இவர்கள் அழைக்கப்படுகின்றனர்.

இவர்கள் உடம்பில் ஒட்டுத்துணி இல்லாமல் பிறந்த மேனியுடன், முற்றும் துறந்த முனிவராக, சுடுகாட்டு சாம்பலை உடல் முழுவதும் பூசிக்கொண்டு சிவபெருமானை ஆராதித்து வருகின்றனர். மகா கும்பமேளா அன்று கங்கையில் முதன் முதலாகப் புனித நீராடல் புரிய இவர்களுக்கே முதலிடம் வழங்கப்படுகிறது.

கூட்டம் கூட்டமாக வரும் இவர்கள் யாரிடமும் பேசுவதே கிடையாது. ஏன், அவர்களுக்குள்ளேயும் அதிகமாகப் பேசிக் கொள்வதே கிடையாது. கண்களில் எப்போதும் கோபப் பொறியுடன் காட்சி தருவார்கள்.

இவ்வகை நாகா சாதுக்களையும், அகோரிகளையும் வித்தியாசப்படுத்திப் பார்க்கத் தெரியாத பலரும், இருவரையும் ஒரே மாதிரியாகப் பார்க்கின்றனர்.

நிர்வாண சாதுக்கள் நர மாமிசம் உண்பதாக நினைத்து, கொச்சைப்படுத்தி வருவதாக நாகா சாதுக்களின் ஆதரவாளர்கள் அங்கலாய்த்துக் கொள்கின்றனர்.

இவர்கள் சொல்கிற வித்தியாசத்தைப் பார்த்தால் எல்லோருக்குமே முதலில் தலைசுற்றல்தான் ஏற்படும்.

எனினும் இப்போதைக்கு நாம் அகோரிகளைப் பற்றிப் பார்ப்போம். அதன்பிறகு, நாகா சாதுக்களைப் பற்றித் தெரிந்து கொள்ள முயல்வோம். குழப்பம் இல்லாமல் இருக்கும்.

2

காசி அகோரிகள்

அகோரிகளின் குருநாதராக விளங்கு பவர் பைரவர். இன்னும் விளக்கமாகச் சொன்னால், தங்களை பைரவரின் அவதார மாகவே இவர்கள் நினைத்து வருகின்றனர்.

முன்னொரு காலத்தில் சமணம் மற்றும் பௌத்த சமயங்கள் வீறுகொண்டு எழுந்து நாடெங்கும் சுடர்விட்டுப் பிரகாசித்துக் கொண்டிருந்த நேரத்தில் பாசுபதம், காபாலிகம் மற்றும் காளாமுகம் போன்ற தீவிர சைவ நெறிகளைப் பின்பற்றுவோரும் பலமிக்கவர்களாகத் திகழ்ந்தனர்.

பாசுபத நெறிகளைத் தீவிரமாகக் கடைப்பிடித்தவர்கள் நெற்றியில் திருநீறு அணிந்து, சிவனே முழுமுதற் கடவுள் என்று உறுதியாக நினைத்து வணங்கி வந்தனர்.

காபாலிகர்கள் இவர்களில் இருந்தும் சற்று வேறுபட்டு, சிவனின் வடிவமான

பைரவரை வணங்கினர். தங்கள் கழுத்தில் மனித மண்டையோடுகளை மாலையாக அணிந்து, சுடுகாடுகளைச் சொர்க்க பூமியாகக் கருதி வாழ்ந்தனர்.

இன்னொரு வகையினரான காளாமுகத்தினர் உயிர்ப்பலி செய்து சக்தியின் பாத மலர்களைச் சரணடைய விரும்புவராகத் திகழ்ந்தனர்.

காபாலிகர்களையும், காளாமுகத்தினர்களையும் வேறுபடுத்திப் பார்க்காதவர்களும் உள்ளனர்.

தமிழகத்தில் காஞ்சிபுரம் பகுதியில் சமணமும், பௌத்தமும் கொடி கட்டிப் பறந்தபோது இந்து மதத்தைத் தாங்கிப் பிடித்தவர்கள் காபாலிகர்கள் என்றே நம்பப்படுகிறது. கைகளில் மண்டையோட்டைத் திருவோடாகவும், கழுத்தில் மண்டை யோடுகளாலான மாலையை அணிந்தவர்களாகவும், மற்றொரு கையில் திரிசூலத்தைக் கொண்டவர்களாகவும் இவர்கள் இருந்தனர். நரபலி செய்து, அந்த நர மாமிசத்தைப் புசிப்பதை வழக்கமாகக் கொண்டிருந்தனர். நரபலி என்னும்போது குறிப்பாக அரச வம்சத்தைச் சேர்ந்தவர்களை மட்டுமே நரபலி இடுவதில் அதிக அக்கறை காட்டி வந்ததாகவும் இவர்களைப் பற்றிக் கூறப்படுகிறது.

பின்னர் பல்லவ மன்னர்கள் எழுச்சியுற்ற காலத்தில் காபாலிகர்கள் காணாது போய்விட்டனர்.

இதில் காபாலிகர்களிடையே பிளவு ஏற்பட்டு அதிலிருந்து பிரிந்தவர்கள்தான் அகோரிகள் என்ற பெயரில் இன்று நரமாமிசம் புசித்து வாழ்ந்து வருவதாக அறியப்படுகின்றனர். இவர்கள் கால பைரவரைத் தங்கள் கடவுளாகக் கருதி, அவரைச் சரணடைவது ஒன்றே தங்கள் இலக்கு என்று வாழ்ந்து வருகின்றனர்.

இவ்வாறு காபாலிகர்கள் என்பவர்களே அகோரிகள் என்று கூறப்படுவதற்குத் தக்க சான்றுகள் கிடையாது. ஆனால் அதனை முற்று முழுதாக மறுத்து விடுவதற்கும் இல்லை.

பைரவர் வழிபாடுதான் அகோரிகளின் முக்கிய செயல்பாடாக இருந்து வருகிறது. எனவே பைரவரைப் பற்றிச்

சிறிதாக நம் அறிவில் அசைபோட்டுக் கொள்வது மேலே தொடர்ந்து அகோரிகளைப் பற்றிய விஷயங்களை நாம் அலசும்போது உபயோகமாக இருக்கும்.

பைரவர்

சிவாலயங்களில் விநாயகர் வீற்றிருப்பார். அவர் இல்லாமல் எந்தக் காரியமும் 'சுழி' போட முடியாது என்பது இந்துக்களின் தீவிர நம்பிக்கை.

தமிழகத்தில் உள்ள சிவன் கோயில்களில் முருகப் பெருமான் இருப்பதும் தவிர்க்க முடியாதது.

மேலும் அம்பாள் பல்வேறு ரூபங்களில், பெயர்களில் சிவன் ஆலயங்களில் வீற்றிருந்து பக்தர்களுக்கு அருள்பாலித்துக் கொண்டிருப்பதும் நாமறிந்த நிஜம்.

இதனிடையே கூடவே பைரவர் சன்னதியும் சிவாலயங் களில் கண்டிப்பாக இருக்கும். சிவனின் மற்றொரு அங்கமாகக் கருதப்படும் பைரவர், அனைத்து சிவன் கோயில்களிலும் தவறாமல் காணப்படுவார். சில கோயில்களில் இவர் காவல் தெய்வமாகவும் விளங்கி வருகிறார்.

விநாயகர், முருகர், அம்பாளுக்கு இணையாக முக்கியத் துவம் பெற்று வணங்கப்பெறும் பைரவர் பற்றித் தெரிந்து கொண்டவர்கள் எத்தனை பேர் இருப்பார்கள்?

சங்க கால இலக்கியங்களில் பைரவர் பற்றி எதுவும் குறிப்பிடப்படவில்லை. வடஇந்திய பழங்காலப் புராணங்களிலும் பைரவர் இடம்பெறவில்லை.

ஆதிசங்கரர் காலத்திற்குப் பிறகே பைரவர் வழிபாடு பரவத் தொடங்கியதாகத்தான் தெரிகிறது. இவர்தான் வழிபாடு முறைகளைப் பிரித்து 'ஷண்மதம்' என்னும் அமைப்பை உருவாக்கினார். இந்த அமைப்பில் ஒன்றுதான் 'சாக்த வழிபாடு'. இதில்தான் பைரவர் வழிபாடு அடங்கியுள்ளது.

பைரவரின் பெருமைகளை அனைவரும் அறிந்து உணர்ந்து கொள்ளும் வகையில் 'கால பைரவாஷ்டகம்' இயற்றி அருளினார் ஆதிசங்கரர்.

சிவபெருமானின் திரிசூலத்தில் இருந்து தோன்றியவர் பைரவர் என்றும், சிவனின் அவதாரம் என்றும் வரலாறு பகர்கிறது.

சிற்ப நூல்களில் 64, 108 பைரவ வடிவங்கள் காணப்படுகின்றன. இந்த எல்லா வடிவங்களிலும் சிறப்பான எட்டு வடிவங்கள் 'அஷ்ட பைரவர்' என அழைக்கப்படுகின்றது.

காசி புராணம், கந்த புராணம், கடம்பவனப் புராணம் ஆகிய பிற்காலத்திய புராணங்கள் பைரவவரைப் பற்றிய குறிப்புகளைத் தாங்கிக் கொண்டுள்ளன.

பைரவர் முற்றும் துறந்தவராகக் கருதப்படுவதால் இவர் ஆடைகள் ஏதுமில்லாமல் நிர்வாண கோலத்திலேயே இருக்கிறார். இவரது வாகனமாக நாய் இருக்கிறது. ஒருசில சிறப்பு வடிவங்களில் அன்னம், காளை, யானை, குதிரை, மயில், கழுகும் வாகனமாகக் காணப்படுகிறது

இவரைத் தொழுது, இவரைச் சரணடைய விரும்பிய காபாலிகர்களும் முழு நிர்வாணமாகவே, ஆடைகளின்றித் திரிந்து வந்தனர். கையில் சூலாயுதமும் வைத்திருந்தனர்.

இதேபோன்றுதான் இன்று அகோரிகள் இருந்து வருவதால் இவர்களை காபாலிகர்களின் வம்சத்தைச் சார்ந்தவர்களாகச் சிலர் பார்க்கின்றனர்.

தமிழில் காசி என்றும், வடஇந்தியாவில் வாரணாசி என்றும், ஆங்கிலத்தில் பெனாரஸ் என்றும் அழைக்கப்படும் இந்துக்களின் புனித நகரத்தில், கங்கை, யமுனை, சரஸ்வதி என்னும் மூன்று புனித நதிகள் சங்கமிக்கும் இவ்விடத்தில் கால பைரவருக்கு என்று தனியாகக் கோயில் உள்ளது. இங்கு பைரவரை வழிபட்டு கறுப்புக் கயிறு கட்டிக் கொண்டால் தோஷங்கள் அனைத்தும் விலகிவிடும் என்பது பக்தர்களின் நம்பிக்கை.

அகோரிகளானவர்கள் சாதாரண மனிதர்களிடம் இருந்து முற்றிலும் வேறுபட்டும் மாறுபட்டும் வாழ்ந்து வருவதால் இவர்களைப் பற்றிய விமர்சனங்களும் தாராளமாகவே எழுந்து கொண்டுதான் இருக்கின்றன.

ஆனால் இவை எதனையும் பற்றிக் கவலைப்படாமல் அவர்கள் நடவடிக்கையைத் தொடர்ந்து கொண்டேதான் இருக்கின்றனர்.

ஆனால் வேறு சிலரோ இவர்களை அகோரிகள் என்று அழைப்பது தவறு என்றும், இவர்கள் நாகா சாதுக்கள் என்றும் தெள்ளத் தெளிவாக விளக்குகின்றனர்.

இவர்கள் சுடுகாட்டு சாம்பலைத் தங்கள் உடம்பு முழுவதும் பூசிக் கொள்வது உண்மை என்பதை ஒப்புக் கொள்கின்றனர்.

கும்பமேளா காலத்தில் கும்பல் கும்பலாகத் திரண்டு வந்து கங்கையில் புனித நீராட வந்திருக்கும் நாகா சாமியார்களிடம் ஆசி பெறுவதற்காக லட்சக்கணக்கான பக்தர்கள் அங்கு திரள்வது வழக்கமான ஒன்று.

இந்த நிர்வாண சாதுக்கள் கூட்டமாக ஒரே இடத்தில் அமர்ந்தவாறு தியானத்தில் ஆழ்ந்திருப்பார்கள். இதில் சிலர் பல மணி நேரமாக ஒரு கையை மட்டும் தூக்கியபடி காற்றில் மிதக்கவிட்டு தியானம் செய்வர். இன்னும் சிலர் ஒற்றைக் காலில் நின்றுகொண்டு சிவ தவம் செய்வதுண்டு.

இப்படி எத்தனையெத்தனையோ அதிசயங்களை இவர்கள் நிகழ்த்திக் கொண்டிருந்தாலும், இதனை வியப்போடு பார்க்கும் பக்தர்களை இவர்கள் கண்டுகொள்வதே கிடையாது.

பக்தர்களோடு மட்டுமல்லாமல் தங்களுக்குள்ளும் இவர்கள் பேசிக் கொள்வதும் கிடையாது.

ஆனால் நள்ளிரவு வந்ததும் சொல்லி வைத்ததுபோல அனைவரும் தவத்தைக் கலைத்து வரிசையாக இராணுவ வீரர்களைப்போல அணிவகுத்து இருட்டில் செல்வர்.

எங்கே?

சுடுகாட்டிற்குத்தான்.

அங்கு பிணங்களை எரியூட்டிய சாம்பலை அள்ளித் தங்கள் உடம்பு முழுவதும் பூசிக் கொண்டு மீண்டும் பழைய இடத்திற்கே திரும்பி வந்து தவத்தைத் தொடர்வர்.

சற்று பிரமிப்பூட்டும் உண்மை இது.

சுடுகாட்டு சாம்பல் அரிய கிருமிநாசினி என்று அழுத்த மாக இவர்கள் நம்புகின்றனர். இதனைப் பூசிக் கொள்வதால் தோல் சம்பந்தமான எந்த நோயும் இவர்களை நெருங்குவதே கிடையாது என்பது இவர்களது வாதமாக இருக்கிறது.

இந்த நிர்வாண சாமியார்களை 'நாகா சாதுக்கள்' என்றும், இவர்கள் பிணங்களை உண்ண மாட்டார்கள் என்றும் கூறுகின்றனர்.

அகோரிகள் என்பவர்கள் பொதுவாக நிர்வாண கோலத்தில் இருப்பதில்லை என்றும், அவர்கள் தேவையானதை மட்டும் மறைத்துக் கொள்கிற விதமாக சிறிய மெல்லிய கருப்புத் துணி ஒன்றை இடுப்பில் அணிந்து கொண்டிருப்பார்கள் என்றும் கூறுகின்றனர்.

இறந்தவர்களின் உடலுறுப்பைத் தின்பதால் தாங்கள் மறுபிறவியை அடையாமல் தடுக்கப்பட்டுவிடுவதாக அகோரிகள் நம்புகின்றனர். மேலும் உயிருடன் இருப்பவர்களைச் சித்ரவதை

செய்து, கொன்று அவர்களைத் தின்பது இல்லை என்றும், இறந்தவர்களின் உடலைத்தான் தின்பதால் தாங்கள் மற்ற மனிதர்களுக்கு எவ்விதத் தொல்லைகளையும் தருவதில்லை என்றும் தங்களின் நர மாமிச உணவுப் பழக்கத்தை நியாயப்படுத்த முனைகிறார்கள்.

இவர்களுக்கு குருமார்கள் உண்டு. ஒவ்வொரு கும்பமேளாவின் போதும் புதிய குரு தேர்வு செய்யப்படுவார். அதாவது இவர்கள் அமைப்பு ஒரு ஊராட்சி மன்றத்தைப் போல செயல்படும். இவர்களை முறையாக நிர்வகித்துக் கொண்டு செல்ல ஐந்து பேர் கொண்ட ஒரு தலைமை தேர்வு செய்யப்படும். அவ்வாறு தேர்வு செய்யப்பட்டவர்களே அடுத்த மகா கும்பமேளா வரையிலும் தலைவர்களாகத் தொடர்வார்கள்.

ஏற்கெனவே தலைமைப் பொறுப்பில் இருந்தவர்கள் புதிதாகத் தேர்வு செய்யப்பட்டவர்களிடம் பொறுப்புகளை ஒப்படைப்பதோடு, தங்களையும் பைரவருக்குக் காணிக்கை ஆக்கிக் கொள்ள வேண்டும் என்பது இவர்களது வழிவழி மரபாக உள்ளது.

ஆம், பழைய தலைவர்கள் தங்கள் உயிரை மாய்த்துக் கொள்ள வேண்டும். கங்கை நதியில் அவர்களது உடல்கள் மிதக்கவிடப்படும். அடக்கம் செய்வதோ, எரியூட்டுவதோ கிடையாது. அந்த உடல்கள் அப்படியே பைரவரைச் சென்று அடைந்துவிடுவதாக அவர்கள் நம்புகின்றனர்.

அகோரி ஒருவர் தனக்கான குருவினைப் பெற்றே ஆக வேண்டும். அவரிடம் முறைப்படி தீட்சை பெற்ற பின்னரே அகோரிகளின் அணிவகுப்பில் கலந்துகொள்ள முடியும். சுடுகாட்டிற்குச் சென்று பிணத்தைச் சாப்பிட முடியும்.

ஆனால் தீட்சை பெறுவதற்கு ஒரு குரு வேண்டும் அல்லவா! அந்தக் குருவைப் பெறுவது என்பது அத்தனை எளிதான காரியம் கிடையாது. ஒரு மண்டை யோட்டை எடுத்துச் சென்று காணிக்கையாக்கினால் மட்டுமே குரு கிடைப்பார்.

அகோரியாக மாற்றம் பெற்ற பின்னர் மண்டையோடு எளிதாகக் கிடைத்துவிடும். ஏனென்றால் சுடுகாடு அதன்பிறகு

அவர்களுக்கு நட்சத்திர விடுதியாக அல்லவா இருக்கும்!

ஆனால் அதற்கு முன்?

சுடுகாடு என்பது பேய்களும், பிசாசுகளும் நிறைந்து கிடக்கும் சாக்காடு அல்லவா!

எனவே ஒரு மண்டையோட்டைத் தேடிக் கண்டுபிடிப்பதற்காக அவர்கள் படும் சிரமம் மிகக் கொடுமையாக இருக்குமாம்.

இவர்கள் சதா சர்வகாலமும் கஞ்சா புகைக்கும் பழக்கம் உள்ளவர்கள் என்றும், எந்நேரமும் போதை உடனேயே காட்சி அளிப்பார்கள் என்றும் கூறப்படுகிறது.

ஆனால் இவர்களோ தாங்கள் புகைப்பது கஞ்சா கிடையாது என்றும், கஞ்சா போன்ற வேறொரு மூலிகை என்றும் உறுதியாக மறுக்கிறார்கள். இந்த மூலிகை பல அபூர்வ சக்திகளை அள்ளித்தருவதாகவும் கூறுகிறார்கள்.

இவர்கள் உடல் பலம் மிக்கவர்களாக இருப்பதற்கான காரணங்களில் இதுவும் ஒன்று என்பது அகோரி ஆதரவாளர்களின் கருத்தாக உள்ளது.

பெரும்பாலான அகோரிகள் வாரணாசியிலேயே குவிந்து கிடப்பதன் காரணம் என்ன?

காசியில் உயிர்விட்டால் பாவங்கள் முழுவதுமாக மறைந்து நேரடி மோட்சம் கிட்டும் என்ற நம்பிக்கை இந்துக்களிடம் பரவலாக இருப்பதால், இங்குவந்து உயிரை விடுபவர்கள் அதிகம். அவர்களைக் கங்கை நதிக்கரையில் எரித்து நதியிலேயே சாம்பலையும் கரைத்துவிட்டால் புண்ணியம் கோடி பெறும்.

இதனால் இங்கு எரியூட்டி, பாதி வெந்தும் வேகாமலும் இருக்கும் உடல்களைக் கங்கையில் தள்ளிவிடுவது சாதாரணமான ஒன்று. இவ்வாறு மிதந்து வரும் உடல்களை ஆங்காங்கே நதிக்கரை ஓரமாகக் காடுகளில் கூடாரம் அமைத்துத் தங்கி இருக்கும் அகோரிகள் கைப்பற்றி, தங்கள் இருப்பிடத்திற்குக் கொண்டு வருகின்றனர். அங்கே அந்தப் பிணத்திற்கு உரிய மரியாதை செலுத்தப்படுகின்றது.

இதனை சவ சாதனா என்று அழைக்கிறார்கள்.

அதாவது பிணத்திற்கு பூஜை புனஸ்காரங்கள் செய்து அதன் உறுப்புகளை உண்பதால் அந்த பிணத்திற்குச் சொந்தக் காரரின் அனைத்து பாவங்களையும் அகோரிகளான இவர்கள் ஏற்றுக் கொள்வதாக அர்த்தம். இதனால் அந்தப் பிணம் பாவம் தொலைத்து முக்தி பேறு அடைவதாக நம்பிக்கை.

அது யார் பிணம்? உயிரோடு இருக்கும் வரை அவர் எப்படி வாழ்ந்தாரோ? எவ்வளவு சொத்து சுகம் சேர்த்து வைத்திருந்தாரோ? அவருக்கு எத்தனை குழந்தைகளோ? என்ன படித்தவரோ? குலம், கோத்திரம் என்னவோ?

இப்படியெல்லாம் பல கேள்விகள் நம்முள் எழுந்தாலும் அகோரிகள் அதைப் பற்றியெல்லாம் கவலைப்படுவதே கிடையாது.

அவர்களுக்குத் தேவை ஒரு பிணம்.

அது கிடைத்ததும் அதனைக் குளிப்பாட்டி, திருநீறு, குங்குமம் பூசி பூஜைகள் செய்கின்றனர். அதாவது அந்தப் பிணத்திற்குச் சொந்தக்காரரின் ஆவி நேராக சொர்க்கத்திற்குக் கொண்டு செல்வதற்காகவே இப்படிப்பட்ட பூஜைகள் நிகழ்த்தப்படுகின்றன. பின்னர் பிணத்தின் மீதமர்ந்து கண்களை மூடித் தியானம் செய்கிறார்.

இத்தனை சடங்குகளும் முடிந்த பிறகே தன்னிடம் உள்ள கூரான அரிவாள் போன்ற ஆயுதத்தால் பிணத்தின் கை, கால் போன்ற உறுப்புகளை அறுத்தெடுத்து, அதனை அப்படியே உண்கிறார்கள். சிலபேர் அதனை சமைத்தும் சாப்பிடுகின்றனர்.

இவ்வாறு செய்வதால் உலகின் அழுக்குகளைப் போக்கி சுத்தப்படுத்துவதாக அவர்கள் நம்புகின்றனர். இதன்மூலமாக அவர்களுக்கு மறுஜென்மம் கிடைக்காமல் போய்விடுவதாகவும், சிவபெருமானின் அவதாரமான பைரவரின் திருவடிகளைச் சரணடைய முடிவதாகவும் ஒரு அழுத்தமான நம்பிக்கை அவர்களிடம் இருந்து வருகிறது.

உலகில் நாம் எதையெல்லாம் அருவருப்பாகப் பார்க்கிறோமோ அதையெல்லாம் அவர்கள் சர்வசாதாரணமாகக்

கையாள்வதுதான் நம்மை முகம் சுளிப்படையச் செய்கிறது.

உதாரணத்திற்கு ஓரிரு நிகழ்வுகளைச் சொல்வது பொருத்தமாக இருக்கும்.

காசியில் கோயில்களுக்குப் பஞ்சமே கிடையாது. சிறிய சிறிய சிவாலயங்கள் ஏராளம். ஆங்காங்கே நிர்வாண சாமியார்கள் ஏராளமாகத் திரிந்து கொண்டிருந்தனர். சிலர் தியானம் செய்து கொண்டும், வெறுமனே கோயிலின் முன்பாக வெறித்துக் கொண்டுமாக இருந்தனர்.

நம் தென்னிந்தியர்களைப்போல வடஇந்தியர்கள் இந்த வகை சாமியார்களை வேடிக்கை பார்ப்பது கிடையாது. அவர்களைப் பொருத்தமட்டில் இவர்கள் அனைவரும் முற்றும் துறந்த முனிவர்கள். சக்திகள் மிகுந்த சாதுக்கள். மகான்கள். ஞானிகள்.

எனவே இந்த சாதுக்களின் அருகே நின்று கொண்டும் அமர்ந்து கொண்டும் அவரது ஆசிர்வாதத்திற்காகக் காத்துக் கொண்டு கிடப்பது வழக்கம். ஆனால் சாமியார்களோ இவர்களைக் கண்டுகொள்வதே கிடையாது என்பது மட்டுமல்ல, சில நேரங்களில் கன்னாபின்னாவென்று திட்டுவதும் உண்டு.

இவ்வாறு சாமியார் திட்டிவிட்டால் தாங்கள் நினைத்த காரியம் நடந்தேறும் என்பதும் அந்தப் பக்தர்களின் நம்பிக்கை.

இது மூட நம்பிக்கையா என்பது தெரியாது. அதுபோன்ற தர்க்கவாதத்திற்குள் இறங்கவும் இது ஏற்ற தருணமல்ல.

ஆனால் அவ்வாறு நடந்திருப்பதாகப் பல பக்தர்கள் மெய் சிலிர்க்கச் சொல்கிறபோது நம்பித்தான் ஆக வேண்டியுள்ளது.

சில நேரங்களில் அந்த நிர்வாணச் சாமியார் பட்டென்று எழுந்து கோயிலில் எழுந்தருளியுள்ள சிவலிங்கத்தின் மீது சட்டென எதிர்பாராத நிகழ்வாக சிறுநீர் கழித்ததும் உண்டு. இப்படியொரு அருவருப்பான செயலை எதிர்பாராத பக்தர்களும், பக்தைகளும் எழுந்து ஓட எத்தனிக்கும்போது, இது 'கங்கா அபிஷேகம். என் சிறுநீர் புனிதமானது' என்று உற்சாகக் கத்தல் போடும் நிர்வாண சாமியார்களும் உண்டு.

இன்னும் சில சாதுக்கள் என்ன செய்கிறார்கள் தெரியுமா? திரண்டிருந்த பக்தர்கள் கூட்டத்தில் இருந்து திடீரென எழுந்து ஓரமாகக் கிடக்கும் மனித மலத்தை அள்ளியெடுத்து வாயில் போட்டு....

இதைக் கண்டு மிரண்டோடிய பக்தர்களும் உண்டு.

மனிதக் கழிவுகள் மட்டுமல்லாமல் மிருகக் கழிவுகள், பறவை எச்சங்கள், அழுகிய உணவுகள், சாக்கடைத் தண்ணீர் போன்றவற்றை விருப்பத்தோடு அவர்கள் 'உள்ளே' தள்ளுவது பக்தர்களை 'உவ்வே' செய்ய வைத்துவிடுவதும் உண்டு.

இத்தகைய அருவருப்பான பல செயல்களை அகோரிகள் என்றோ நாகா சாதுக்கள் என்றோ அழைக்கப்படும் இந்தச் சாமியார்கள் செய்துவருகிற போதிலும், இவர்களைத் தரக்குறைவாக யாருமே நினைப்பதில்லை.

மாறாக புனிதமானவர்களாக, உலகின் இரட்சகர்களாக, சிவனின் அடியார்களாகவே நினைக்கின்றனர். மதிக்கின்றனர். இவர்களைப் பூஜிக்கின்றனர். இவர்களைத் தொழுகின்றனர். இவர்களை வழிபடுகின்றனர்.

ஏன்?

ஏதோ சில அபூர்வ சக்திகள் இவர்களிடம் இருக்கிறதோ?!

3

மன்னனை உயிர்ப்பித்த சாதுக்கள்

நிர்வாண சாதுக்கள் பொதுவாக அதிகம் பேசவே மாட்டார்கள். கண்களாலும், கைகளாலும் சைகை காண்பித்து அதன்படியே செயல்படுவார்கள்.

இது ஏற்கெனவே நாம் தெரிந்து கொண்ட விஷயம்தான் என்றாலும் இப்போது அதனை நினைவுபடுத்துவது அவசியமாகிறது.

டார்ஜிலிங் அருகே கங்கைக் கரையோரம் அன்று கூடாரம் அமைத்து அதில் தங்கியிருந்தனர் சாதுக்கள். அனைவரும் கூட்டமாக அமர்ந்திருந்த வேளையில் கங்கை நதியில் சடலம் ஒன்று மிதந்து வருவதைக் கண்டுவிட்டார் சாதுக்களின் தலைவர்.

உடனே தனது உடல் மொழியைக் கண்களால் பயன்படுத்தினார். இதர சாதுக்களும் அதனைப் புரிந்து கொண்டு திரும்பிப் பார்த்தனர்.

பிரேதம்!

நதியில் சீறிப்பாய்ந்த வெள்ளத்தில் அடித்துக் கொண்டு வரப்பட்டது.

உடனே அவர்களில் சிலர் வேகமாகச் செயல்பட்டு அந்த உடலை நதியில் இருந்து மீட்டுக் கரை சேர்த்தனர்.

சவம் கிடத்தப்பட்டு சுற்றிலும் நிர்வாண சாதுக்கள் அமர்ந்திருந்தனர். மார்புப் பகுதியில் மட்டும் தீக்காயங்கள் தெரிந்தன.

அதனையே வெறிக்கப் பார்த்துக் கொண்டிருந்த தலைவர், அந்தப் பிணத்தின் கபாலத்தை மெல்லத் தட்டித் திறந்தார். தயாராக இருந்த மூலிகைக் கலவை ஒன்றை எடுத்து அதனுள் வைத்து, மீண்டும் கவனமாகக் கபாலத்தை மூடிவிட்டார்.

பின்னர் அந்த பிணத்தின் உடல் முழுவதும் சுத்தமாக சவரம் செய்யப்பட்டு, பாதுகாப்பாக வைக்கப்பட்டது. அந்த உடம்பிற்கு இரண்டு சாதுக்கள் பாதுகாப்பாக நியமிக்கப் பட்டார்கள்.

இதன்பின்னர் தினமும் அந்த உடம்பிற்கு சில இரகசியமான செயல்கள் மூலம் புத்துயிர் ஊட்டும் முயற்சி தீவிரமாக மேற்கொள்ளப்பட்டது.

இப்படியே நாட்கள் பல கடந்த நிலையில் ஒருநாள் அந்த உடம்பில் அசைவு ஏற்படத் தொடங்கிய அதிசயம் நிகழ்ந்தது. நமக்குத்தான் இது அதிசயம். அந்த யோகிகளுக்கோ சாதாரணம்.

இதன்பின்னர் உட்காரவும், நிற்கவும், நடக்கவும் போன்ற பயிற்சிகள் மெல்ல மெல்ல மேற்கொள்ளப்பட்டன. கிட்டத்தட்ட ஆறு மாதக் குழந்தைக்குத் தாய் கற்றுக் கொடுப்பதைப் போன்ற பயிற்சி முறைகள்.

மெல்ல மெல்ல அந்த உடம்பு மனிதனாக மாறியது.

ஆனால், தான் யார் என்பதோ, தன் பெயர் என்ன என்பதோ எதுவுமே அதற்கு நினைவில் கிடையாது.

சுமார் 25 வயது இளைஞன் ஒருவனைப் போலத் தோன்றியது. அந்த சாதுக்கள் என்னவெல்லாம் கற்றுத் தருகின்றனரோ அதனையெல்லாம் கருத்தோடு கற்றுக் கொண்டது.

கிட்டத்தட்ட 12 ஆண்டுகள் இடைவிடாத பயிற்சி. இப்போது அந்த இளைஞனைப் போன்ற உடம்பும் ஒரு சாதுவாக மாறிப் போயிருந்தது. அந்த சாதுக்களின் கூட்டத்தோடு அதுவும் கலந்து கொண்டிருந்தது.

அப்போது கும்பமேளா நடைபெற இருந்த காரணத்தால் அந்த சாதுக்களின் கூட்டம் அந்தக் காட்டிலிருந்து நாட்டை நோக்கி நடக்கத் தொடங்கியது. நடந்து கொண்டிருக்கும்போது ஆங்காங்கே திடீரென்று கூடாரம் ஒன்றை அமைத்து அங்கு இரவைக் கழிப்பதும், பின்னர் மறுதினம் அங்கிருந்து நடக்க ஆரம்பிப்பதுமாக இருந்தனர்.

கடைசியாகக் காட்டில் ஒரு இடத்தில் அவர்கள் டேரா அமைத்துத் தங்கியிருந்தபோது, அவர்களோடே பயணித்துக் கொண்டிருந்த அந்த இளைஞனைப் போன்ற உடம்பும் இளைப்பாறியது.

அப்போது சாதுக்களின் தலைவர் அந்த உடம்பிற்கு சில யோக முறைகளைக் கற்றுத்தந்தார். தீவிரமாக அதனை உருவேற்றச் செய்தார்.

என்ன ஒரு ஆச்சரியம்!

அந்த உடம்பிற்கு இப்போது பழைய நினைவுகள் வரத் தொடங்கியது.

தலைவரும் விடாமல் தொடர்ந்து யோக முறைகளைக் கற்றுத் தரவே, ஒரு கட்டத்தில் 'தான் யார்' என்கிற அத்தனை உண்மையும் அந்த உடம்பிற்கு வந்து, அது உயிருள்ள இளைஞனாகவே மாறியது.

அந்த இளைஞனுக்கு என்ன நினைவு வந்தது? யார் அந்த இளைஞன்?

வங்காளத்தின் கிழக்குப் பகுதியின் ஒரு குறுநில மன்னன் அந்த 25 வயது இளைஞன். அவனுக்குத் திருமணமாகி ஒரு ஆண் குழந்தையும் உண்டு.

இளம் வயது. மன்னர் பரம்பரை. அதிகாரம், பணபலம் என்று அனைத்தும் உதவிக்கரம் நீட்ட, அத்தனை தவறான பழக்கங்களும் அவனைத் தொற்றிக் கொண்டது.

புதிய புதிய மது வகைகளை ருசித்துப் பார்ப்பதில் மகிழ்ச்சி. அழகிய இளம் பெண்களைக் கண்டுவிட்டால் போதும், குஷி ஏற்பட்டுவிடும். அன்றைய தினம் அவனது அந்தப்புரப் படுக்கையை அவள் அலங்கரித்தே ஆக வேண்டும்.

இப்படித் தீய பழக்கங்கள் அனைத்தும் அவனைப் புரட்டிப்போட, அந்த இளம் வயதிலேயே பெயர் தெரியாத உயிர்க்கொல்லி நோய் அவனைப் பீடித்தது.

பார்க்காத மருத்துவம் கிடையாது. மருத்துவர்களும் இல்லை.

ஆனால் நோயைக் குணப்படுத்த முடியவில்லை. கட்டுப்படுத்தவும் இயலவில்லை. வாழ்வின் கடைசி அத்தியாயத்தில் இருப்பதை அவனால் உணர முடிந்தது. கவலைக் கரையான்கள் அவனை அரித்துக் கொண்டே இருந்தது.

இதுபோன்ற ஒரு தருணத்தில் மருத்துவர் ஒருவர் ஆலோசனை கூறினார். அதாவது எங்காவது மலைவாசஸ்தலம் சென்று வசித்தால் மரணத்தை இன்னும் சில நாட்கள் ஒத்திப் போட முடியும் என்றார்.

சாகப்போகிற நிலைமையில் இருந்த அரசனுக்கு இது கொஞ்சம் பால் வார்த்ததுபோல இருந்தது. மலைவாசஸ்தலம் என்றால் எங்கே செல்லலாம் என்று யோசிக்கத் தொடங்கினான்.

வங்கதேசத்தின் அருகே இருந்த மலைவாசஸ்தலம், டார்ஜிலிங்!

அப்போது இந்தியா முழுவதும் பிரிட்டீஷ் ஆட்சியின் கீழ் வந்திருந்தது. இதனால் அவர்களுக்கு கப்பம் கட்டும் ஏனைய இந்திய குறுநில மன்னர்களைப் போலத்தான் இவனும் இருந்தான்.

எனவே ஆங்கிலேயர்களிடம் தனது பிரச்சனையைக் கூறி, டார்ஜிலிங்கில் தங்கி ஓய்வெடுக்கவும், வேறு நல்ல மருத்துவம் மேற்கொள்ளவும் உதவுமாறு கேட்டுக் கொண்டான்.

இளம் வயது மன்னன் ஒருவன் சாவை எதிர்நோக்கி இருக்கும் நிலை அவர்கள் மனத்தைத் தொட்டது. அவர்கள் நெஞ்சிலும் ஈரம் இருக்கத்தான் செய்தது.

உடனே அந்த மன்னன் டார்ஜிலிங்கில் தங்கி ஓய்வெடுக்கவும், அவனுக்கு நல்ல மருத்துவ சிகிச்சை மேற்கொள்ளவும் வேண்டிய அனைத்தையும் அவர்கள் செய்து கொடுத்தனர்.

இதனையடுத்து தன் மனைவி, மூன்று வயது மகன் மற்றும் சிறு பரிவாரங்களுடன் கிளம்பினான் மன்னன்.

சலசலத்து ஓடும் கங்கை நதிக் கரையில் அழகிய பங்களா ஒன்று அவனுக்காகத் தயார் படுத்தப்பட்டிருந்தது. நிபுணத்துவம் பெற்ற மருத்துவர்களும் சிகிச்சை செய்ய வரவழைக்கப் பட்டிருந்தனர் ஆங்கிலேயர்களால்.

முதலில் தொற்று நோயா என்பது பற்றித் தெரிந்து கொள்ள அவர்கள் பணிக்கப்பட்டிருந்தனர். தொற்று நோய் என்றால் ஆங்கிலேயர்களுக்கு அலர்ஜி.

நல்ல வேளையாக தொற்று நோய் பாதிப்பு இல்லை என்பது மருத்துவ சோதனையில் கண்டறியப்பட்ட பிறகே அரசனுக்கு உரிய அனைத்து சிகிச்சை முறைகளையும் தொடங்க அனுமதித்தனர் பிரிட்டீஷ் ஆட்சியாளர்கள்.

எனினும் மன்னரின் மரணத்தைத் தள்ளிப்போட மட்டுமே அவர்களால் முடிந்தது. சில மாதங்களில் மன்னன் அந்த இளம் வயதில் நோயின் பாதிப்பு தாங்காமல் மடிந்து போனான்.

மருத்துவர்கள் அவனது உடலைப் பரிசோதித்து இறப்புச் சான்றிதழையும் அளித்தனர். அவன் மன்னன் என்பதால்

அவனது அரண்மனை வைத்தியரும் பரிசோதித்து இறப்புச் சான்றிதழ் வழங்கினார்.

ஆக முறைப்படி மன்னன் மரித்துவிட்டான்.

மன்னனின் இறுதிச் சடங்குகளை அங்கே நடத்தத் திட்டமிடப்பட்டது. அப்படியே கங்கை நதிக்கரையில் சடங்குகள் நடந்து முடிந்து மன்னனின் உடல் எரியூட்டப் பட்டது.

அந்த நேரத்தில் யாருமே எதிர்பாராத தருணத்தில் கங்கை நதியில் திடீரென்று வெள்ளப்பெருக்கு ஏற்பட்டது. மன்னனின் உடம்பை வெள்ளம் அடித்துச் சென்றது. அப்போதுதான் எரியூட்டப்பட்டிருந்ததால் மன்னனின் உடல் அப்படியே சேதாரம் எதுவும் இல்லாமல் வெள்ளத்தில் அடித்துச் செல்லப்பட்டது.

தகனம் செய்ய வந்தவர்களையும் வெள்ளம் சூழ்ந்து பயமுறுத்தவே, எப்படியோ அதிலிருந்து தப்பித்து கரை சேர்ந்தார்கள்.

இவ்வாறு வெள்ளத்தில் அடித்துக் கொண்டு வந்த உடம்பைத்தான் சாதுக்கள் பத்திரமாகக் கைப்பற்றி, அதற்கு உயிர் கொடுத்தனர். பன்னிரெண்டு ஆண்டுகளுக்குப் பின்னர் மன்னனாகவே மாற்றியும் விட்டனர்.

இது நம்பவே முடியாத உண்மை.

சரி, இப்போது ராணியும், மன்னனின் மூன்று வயது மகனும் என்னவானார்கள் என்பதைப் பற்றிப் பார்க்கலாம்.

மன்னனை இழந்த மகாராணி, சிறிது நாட்களில் துக்கத்தை அடக்கிக் கொண்டு தனது நாட்டிற்குத் திரும்பினாள். அந்த நாட்டின் மன்னனாகத் தனது மகனுக்கு முடிசூட்ட முடிவு செய்தாள்.

ஆனால் அதற்கு அவளது உடன்பிறந்த சகோதரன் கடும் எதிர்ப்பு தெரிவித்தான். சிறுவனால் எப்படி நாட்டை ஆள முடியும் என்று கேட்டு, இளவரசனுக்கு முடிசூட்ட முடிவு செய்திருப்பதற்கு ஆட்சேபம் தெரிவித்தான்.

அத்துடன் நின்றுவிடாமல் அந்த நாட்டின் மன்னனாகத் தன்னைத்தானே நியமித்துக் கொண்டான். அதிகாரத்தைக் கையில் எடுத்துக் கொண்டு, தனது சகோதரி என்றும் பாராமல், தனது மருமகன் என்றும் பாராமல் பல கொடுமைகளைச் செய்யத் தொடங்கினான்.

போகப்போக அவனது அட்டூழியம் அதிகரித்துக் கொண்டே போகத் தெடங்கியது. அந்நாட்டு மக்களையும் அடிமைகளாக நடத்த ஆரம்பித்தான். அந்நாட்டில் சர்வாதிகார ஆட்சியை நடத்திக் கொண்டிருந்தான்.

இப்படிப்பட்ட ஒரு முக்கியமான தருணத்தில்தான் மன்னனுக்கு நினைவூட்டல் பயிற்சி வெற்றிகரமாக அமைந்தது. தன்னைப் பற்றிய அத்தனை நினைவுகளும் அவனுக்குத் திரும்பி வந்திருந்தது.

அதீத மற்றும் அமானுஷ்ய சக்திகளைப் பெற்றிருக்கும் சாதுக்கள், அவனது நாட்டில் தற்போது கொடுங்கோல் ஆட்சி செய்து கொண்டிருக்கும் அவனது மைத்துனனைப் பற்றிக்கூறி, மீண்டும் அரியணையில் இருந்து மன்னனாக ஆட்சி செய்யுமாறு பணித்து, வாழ்த்தி அனுப்பி வைத்தனர்.

புதிய சக்தி பெற்ற சந்தோஷத்தில் தனது நாட்டிற்குச் சென்ற மன்னன், மைத்துனன் முன்பாகப் போய் நின்றான்.

உண்மையான மன்னனைப் பார்த்த அவனது மைத்துனன் ஒருகணம் திகைத்துப் போனது உண்மையே. என்றாலும் சுதாரித்துக் கொண்டான்.

மன்னன் இறந்ததையும், அவனது உடம்பு தகனம் செய்யப்பட்டதையும், பின்னர் அது வெள்ளத்தில் அடித்துச் செல்லப்பட்டதையும் நேரில் பார்த்திருந்த காரணத்தால், இது நிச்சயமாக மன்னன் இல்லை என்று உறுதியாக நம்பினான்.

அப்படியானால் அதே உருவெடுத்து வந்திருக்கும் இவன் யார்?

“யார் நீ?”

“இந்த நாட்டின் மன்னன்”

“அது நான். உன்னை யாரென்று கேட்கிறேன்”

“இதே கேள்வியைக் கேட்க வேண்டியது நான். மரியாதையாக ஆட்சி அதிகாரத்தை மீண்டும் என்னிடம் ஒப்படைப்பது உனது பொறுப்பு”

இப்போது மைத்துனனுக்கு வேறு மாதிரியான சந்தேகம் எழுந்தது. ‘ஒருவேளை யாராவது மந்திரவாதி ஒருவன் மன்னனின் உருவெடுத்து வந்து தன்னை மிரட்டி ஆட்சியைப் பறிக்கப் பார்க்கிறானோ?!’

“மரியாதையாக இங்கிருந்து போய்விடு”

“இல்லையென்றால்?”

அதற்கு மேலும் ஆத்திரத்தை அடக்க முடியாதவனாக தனது சேனையை ஏவி, மன்னனைத் துரத்தி அடிக்குமாறு உத்தரவிட்டான்.

அங்கிருந்து துரத்தப்பட்ட மன்னன், இந்த வழக்கை நேராக நீதிமன்றத்திற்குக் கொண்டு செல்ல முடிவு செய்தான். அப்போது ஆங்கிலேயர்களின் ஆட்சி நடந்து கொண்டிருந்ததால் இவ்வாறு செயல்படுவது அவனுக்கு விவேகமானதாகத் தோன்றியது.

நீதிமன்றத்தை அணுகி ஒரு வழக்கு மனுவைத் தாக்கல் செய்தான் மன்னன்.

‘நான் வங்கத்தின் கிழக்குப் பகுதியை ஆட்சி செய்த சிற்றரசன். பன்னிரெண்டு ஆண்டுகளுக்கு முன்னர் நான் இறந்து போனேன். எனது இறப்பிற்குப் பிறகு ஆட்சி எனது மகனுக்குத் தான் கிடைத்திருக்க வேண்டும். ஆனால் அவ்வாறு செய்யாமல் எனது மைத்துனன் அரசு அதிகாரத்தைக் கையிலெடுத்துக் கொண்டுள்ளான். இந்த விஷயத்தில் கனம் கோர்ட்டார் அவர்கள் தலையிட்டு என்னை மன்னனாக அறிவிக்க வேண்டும்’.

இந்த மனுவைப் படித்த நீதிபதி முதலில் குழப்பம் அடைந்தார். பின்னர் லேசாகத் திடுக்கிட்டார்.

‘இறந்து போனதாகக் கூறும் ஒருவன் எவ்வாறு உயிருடன் வந்து பிராது கொடுக்க முடியும்?’

அப்போதைய வைஸ்ராய் உட்பட ஆங்கிலேய உயரதிகாரிகளின் கவனத்திற்கு இந்த வழக்கு மனு கொண்டு செல்லப்பட்டு, கடைசியாக இதனை விசாரணை நடத்துமாறு நீதிமன்றத்திற்கு உத்தரவிடப்பட்டது.

விசாரணை நடந்தது.

நோய்வாய்ப்பட்டு இறந்தது, வெள்ளத்தில் உடம்பு அடித்துச் செல்லப்பட்டது, சில யோகிகள் அதனைக் கைப்பற்றி மூலிகை சிகிச்சை அளித்தது உள்ளிட்ட அனைத்தையும் திகில் கதையைப் போலச் சொல்லி முடித்தான் மன்னன்.

இதனைக் கேட்டு நீதிபதி உள்ளிட்ட அனைவருமே வியந்து போயினர். ஆனாலும் இதனைக் கட்டுக்கதையாக இருக்கக்கூடும் என்று நினைத்து நம்ப மறுத்தனர்.

எனவே இந்த வழக்கானது மேல் முறையீட்டுக்காக லண்டனில் இருந்த உச்சநீதிமன்றத்திற்கு மாற்றப்பட்டது. அங்கும் இந்த அதிசய வழக்கு விரிவாக விவாதிக்கப்பட்டது.

அதன்பின்னர் நீதிபதி மன்னனின் வார்த்தைகளை நம்பினார். யோகிகளின் அமானுஷ்ய சக்தியைப் பெரிதும் வியந்த அவர், வங்கத்தின் ஆட்சிப் பொறுப்பை அவனிடம் மீண்டும் வழங்க வேண்டும் என்று உத்தரவிட்டார்.

இதனையடுத்து மீண்டும் மன்னனாகப் பொறுப்பேற்று, சுமார் பன்னிரெண்டு ஆண்டுகள் வரை நாட்டை ஆட்சி செய்தான். பின்னர் தனது மகனிடம் பொறுப்பை ஒப்படைத்துவிட்டு மீண்டும் காட்டில் உலவித் திரிந்த அந்த சாதுக்களோடு இணைந்து விட்டான்.

இது சுமார் முன்னூறு ஆண்டுகளுக்கு முன் வங்கத்தில் நடந்த உண்மைச் சம்பவம் இது.

இதன்மூலம் நாம் தெரிந்து கொள்வது சாதுக்கள் என்பவர்கள் நாகரீகமற்றவர்கள் கிடையாது. அவர்களிடம் ஏதோ சில அற்புதமான சிந்தனைகளும், சக்திகளும் அமிழ்ந்து கிடக்கின்றன.

4

சிறுத்தொண்டர் புராணம்

அறுபத்து மூன்று நாயன்மார்களின் வரலாற்றில் சிறுத்தொண்டர் வரலாறு பக்தியின் உச்சத்தைப் பறைசாற்றக் கூடியது.

அனைவருக்கும் தெரிந்த புராணக் கதைதான் என்றாலும், அகோரி பற்றியதாக இருப்பதால் இங்கே மீண்டும் நினைவு படுத்திக் கொள்வது சிறப்பாக இருக்கும்.

சிறுத்தொண்டர் தீவிர சிவபக்தர். தினமும் சிவனடியார் ஒருவருக்கு உணவு படைத்த பிறகே அவர்கள் வீட்டில் அனைவரும் உணவு உண்ணும் பழக்கம் உண்டு.

அன்றும் அப்படித்தான் உணவு உண்பதற்காக சிவனடியாரைத் தேடி

வெளியே கிளம்பினார் சிறுத்தொண்டர். அவர் சென்ற சில நிமிட இடைவெளியில் அவர் வீட்டு வாசலுக்கு வந்தார் அகோரி ஒருவர்.

இடுப்பில் கொஞ்சம் உடை. ஒரு கையில் திரிசூலம். மற்றொரு கையில் மண்டையோட்டிலான திருவோடு. கண்களில் ஒரு தீர்க்கம்.

“சிறுத்தொண்டர்... சிறுத்தொண்டர்...” என்று வெளியே வாசலருகே நின்றவாறு குரல் கொடுத்தார் அகோரி.

குரல் கேட்டு வெளியே வந்த பணிப்பெண் சந்தன நங்கை, “ஐயா வெளியே சென்றிருக்கிறார். இன்னும் சற்று நேரத்தில் வந்துவிடுவார். உள்ளே வந்து அமருங்கள்” என்று பணிவாகக் கூறினாள்.

ஆனால் அகோரியோ, “உலகத்தைக் காக்கின்ற அந்த பரம்பொருள் பரமேஸ்வரனையே காக்க வைக்கிறவன் நான். போயும் போயும் சாதாரண மானிடப் பிறவியான சிறுத்தொண்டர் வருகைக்காக நான் காத்திருக்க வேண்டுமா? கேவலமாக இருக்கிறது” என்று கோபமாகக் கர்ஜித்தார்.

அதற்குள் கோபமாக யாரோ பேசுகிற சப்தம் கேட்டு வெளியே வந்த சிறுத்தொண்டரின் மனைவி வெண்காட்டு நங்கையார், வடதேசத்து அகோரியைப் பார்த்ததும் பதைபதைத்துப் போனார்.

“தவறாக நினைக்க வேண்டாம் சுவாமி. சிவனடியார் ஒருவரை உணவு உண்பதற்காக அழைத்துவரப் போயிருக்கிறார். இப்போது வந்து விடுவார். அதுவரை தயவுசெய்து உள்ளே வந்து அமருங்கள்”

ஆண்கள் யாரும் இல்லாத வீட்டினுள் வந்து அமர்வதில் தனக்கு உடன்பாடு கிடையாது என்று மறுத்துவிட்ட அகோரி, அங்குள்ள கணபதீஸ்வரர் ஆலயத்தில் இருப்பதாகவும், சிறுத்தொண்டர் வந்ததும் அங்கு வந்து தன்னைப் பார்க்குமாறும் கூறிச் சென்றார்.

அகோரி திரும்பிச் சென்ற சில நிமிடங்களில்

சிவனடியார்கள் யாருமே கிடைக்காமல் கவலையோடு வீட்டிற்கு வந்தார் சிறுத்தொண்டர்.

"எங்கெங்கோ தேடிப் பார்த்தும் இன்று ஒரு சிவனடியார் கூடக் கிடைக்கவில்லை. அதனால் இன்றைக்கு நான் உணவு எதுவும் உட்கொள்ளப் போவதில்லை" என்று சோர்வாகக் கூறியவாறே திண்ணையில் அமர்ந்தார்.

"இதற்காக நீங்கள் ஏன் கவலைப்படுகிறீர்கள்? அதைவிட மிகப் பெரிய சுவாமி ஒருவர் வந்திருக்கிறார்"

"என்ன சொல்கிறாய்?"

"ஆமாம், வடதேசத்து அகோரி போன்ற தோற்றத்தில் ஒருவர் சற்றுமுன் இங்கே வந்திருந்தார். அவர் தங்களைப் பார்க்கவே இங்கு வந்தார். இப்போது கணபதீஸ்வரர் கோயிலில் இருக்கிறார். நீங்கள் வந்ததும் உடனடியாக அங்கு வரச் சொல்லி இருக்கிறார்".

இதை மனைவி சொன்னதும் மகிழ்ச்சியில் திக்குமுக்காடிப் போனார் சிறுத்தொண்டர்.

உடனடியாக அக்கோயிலுக்கு விரைந்தார்.

அங்கு கண்மூடி வீற்றிருந்த அகோரியின் முன்னால் போய் நின்று, பணிவாகக் குனிந்து 'வணக்கம்' தெரிவித்தார்.

குரல் கேட்டு கண்விழித்த அகோரி சிறுத்தொண்டரை ஏறஇறங்கப் பார்த்தார். "நீதான் சிறுத்தொண்டரா?"

"ஆமாம் சுவாமி. தினமும் சிவனடியார் ஒருவருக்கு உணவளித்த பின்னரே நான் சாப்பிடும் வழக்கம் உடையவனாக இருப்பதால் இங்குள்ளோர் என்னை சிறுத்தொண்டர் என்று அழைக்கிறார்கள்."

"அப்படியா! இன்று சிவத்தொண்டர் கிடைத்தாரா?"

"இல்லை சுவாமி. எங்கெங்கோ அலைந்து திரிந்து தேடியும் ஒருவர்கூடக் கிடைக்கவில்லை. ஆனால் அதிர்ஷ்டவசமாக அதற்கும் மேலான ஒருவர் எனக்குக் கிடைத்திருக்கிறார். அதனை நான் செய்த பாக்யமாகக் கருதுகிறேன். எனவே மறுக்காமல் தயவுசெய்து என்து இல்லம் வந்து உணவருந்த

வேண்டும் என்று பணிவோடு தங்களைக் கேட்டுக் கொள்கிறேன்."

"நானா!? எனக்குத் தேவையான உணவை அளிக்க உன்னால் முடியாது. எனவே முதலில் இடத்தைக் காலி செய். பிச்சைக்காரன் எவனாவது சாப்பாட்டிற்காகத் தெருவில் அலைந்து கொண்டிருப்பான். அவனை அழைத்துப் போய் உணவு கொடு."

"மன்னிக்க வேண்டும் சுவாமி. தாங்கள் இன்று அவசியம் இந்த ஏழையின் வீட்டில் உணவருந்தியே ஆக வேண்டும். தாங்கள் விரும்பும் உணவைத் தயார் செய்து அளிக்க நான் சித்தமாக இருக்கிறேன்."

"நான் பசு மாமிசம் சாப்பிடுவேன். அதை உன்னால் தயார் செய்து தரமுடியுமா?"

"நிச்சயமாக சுவாமி. என் வீட்டில் பசு மட்டுமல்ல, எருமை, ஆடு, கோழி அனைத்தும் உள்ளன. எனவே தாங்கள் விரும்பிய பசு மாமிசம் செய்து தருகிறேன்."

இதைக் கேட்டதும் கடகடவென சிரிப்பை உதிர்த்தார் அகோரி.

அவர் சிரிப்பைப் பார்த்துக் குழம்பினார் சிறுத்தொண்டர். 'இதற்கு ஏன் சிரிக்கிறார்?'

"சிறுத்தொண்டரே! நான் கூறும் பசு மாமிசம் என்பது, பசு மாட்டின் மாமிசம் கிடையாது. நரமாமிசம். அதுவும் வயதான மனிதரின் மாமிசம் இல்லை. ஐந்து வயது பாலகனின் மாமிசம். குடும்பத்தின் மூத்த மகனாக இருக்கும் அந்தப் பாலகனின் உடம்பில் ஊனம் எதுவுமே இருக்கக்கூடாது. அதே நேரத்தில் அவன் உயர் குலத்தைச் சேர்ந்தவனாகவும் இருக்க வேண்டும். அந்தப் பாலகனை அவனைப் பெற்ற தாயே இறுகப் பிடித்துக் கொள்ள அவன் தந்தை அரிவாளால் வெட்ட வேண்டும். அவனது மாமிசத்தை அவன் தாயே சமைத்துத் தர வேண்டும். அழுதுகொண்டே சமைத்தால் அதனை நான் சாப்பிட மாட்டேன்'' என்று வரிசையாகத் தனது நிபந்தனைகளை விதித்தார் அகோரி.

இது பெரும் அதிர்ச்சியைத் தருவதாக இருந்தபோதிலும், அகோரி தனது வீட்டில் வந்து சாப்பிட்டால் சிவபெருமானே நேரில் வந்து சாப்பிட்டது போல இருக்கும் என்ற நினைப்பு உள்ளுக்குள் உறுதியாக இருந்த காரணத்தால் ஒத்துக் கொண்டார் சிறுத்தொண்டர்.

"சரி, உணவு தயாரானதும் என்னை வந்து கூப்பிடு. நான் உன் இல்லம் வந்து உண்கிறேன்" என்று விடைகொடுத்து அனுப்பினார் அகோரி.

ஏதோ ஒரு ஆர்வத்தில் இதற்கு ஒத்துக்கொண்ட போதிலும் எப்படித் தயார் செய்வது என்று நினைத்தபோது அவருக்குத் தலையைச் சுற்றியது. யோசனை மற்றும் கவலை அரித்துத் தின்றது.

பொடி நடையாக வீட்டிற்கு வந்து திண்ணையில் அமர்ந்தார்.

"அகோரி வரவில்லையா?" என்று ஆவல் மேலிடக் கேட்டார் சிறுத்தொண்டரின் மனைவி.

யோசனை கலைந்தவராய் நடந்த விஷயங்கள் அனைத்தையும் விரிவிலகாமல் ஒப்பித்தார் மனைவியிடம்.

மிரண்டு போன நங்கையார், "ஐந்து வயதுப் பாலகனைக் கொன்று கறி சமைக்க யார் சம்மதிப்பார்கள்? ஒருவேளை அகோரிக்காக சம்மதம் தெரிவித்தாலும், அவ்வாறு செய்வது நமக்கு மேலும் பாவத்தை அல்லவா சேர்க்கும்?" என்று தன் சந்தேகங்களைக் கவலையோடு பகிர்ந்துகொண்டார்.

பலவற்றையும் மனதில் போட்டுக் குழப்பிக் கொண்டிருந்த சிறுத்தொண்டர் கடைசியாக ஒரு முடிவுக்கு வந்தார். மனைவியின் கண்களுக்குள் தன் பார்வையைக் கூர்மையாகப் பாய்ச்சினார்.

"என்ன அப்படிப் பார்க்கிறீர்கள்?"

"அகோரியின் விருப்பத்தை நிறைவேற்றுவது நமது கடமை என்றே நினைக்கிறேன். அதற்காக நான் ஒரு முடிவுக்கு வந்துவிட்டேன். ஆனால் அதற்கு உனது சம்மதம் மிகவும்

முக்கியம். தருவாயா?"

"எனது சம்மதமா? நீங்கள் சொல்வது புரியவில்லையே!"

"புரிகிற விதத்தில் விளக்கமாகச் சொல்கிறேன். ஆனால் அதற்கு நீ சம்மதிக்க வேண்டும்."

"சரி சம்மதிக்கிறேன். சொல்லுங்கள்."

''அகோரி கூறிய நிபந்தனைகள் அனைத்துக்கும் பொருத்தமாக இருப்பது நமது ஒரே பாலகன் சீராள தேவன். அவனைப் பலி கொடுத்துவிட்டால் இந்தப் பிரச்சனை எளிதாகத் தீர்ந்து போய்விடும்."

இதைக்கேட்டு அதிர்ந்துபோன நங்கையார், பின்னர் சிவபக்தி காரணமாகத் தனது மனதைத் திடப்படுத்திக் கொண்டு பூர்ண சம்மதம் தெரிவித்தார்.

தாங்கள் பெற்ற திருமகனை தாய் பிடித்துக் கொள்ள தந்தை சிறுத்தொண்டர் துண்டு துண்டாக வெட்டினார். பின்னர் அதனை நங்கையார் சமைக்கத் தொடங்கினார்.

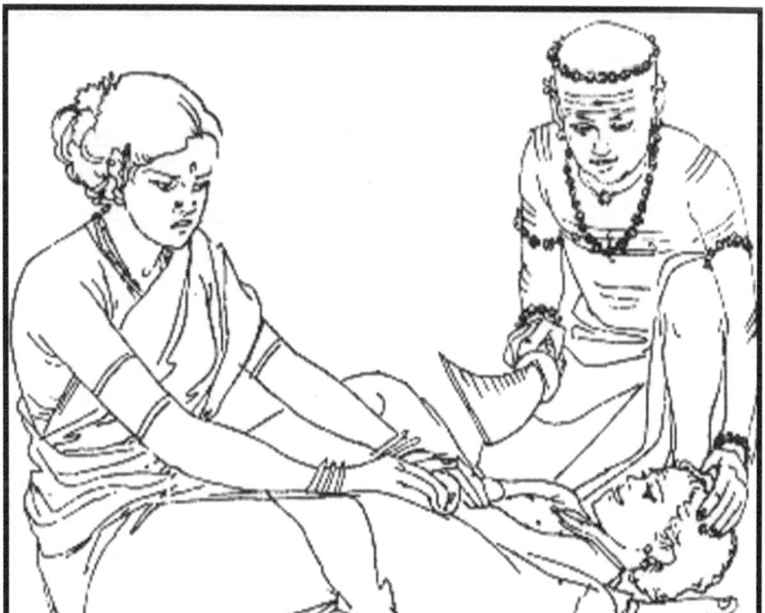

அகோரியின் நிபந்தனை மீறப்பட்டுவிடக் கூடாது என்பதற்காக பொங்கிவந்த துக்கத்தை உள்ளுக்குள்ளேயே அடக்கிக் கொண்டு சிறிதளவு கண்ணீரும் கண்களில் நிரம்பிவிடாமல் பார்த்துக் கொண்டாள் அந்தத் தாய்.

பிள்ளைக் கறி தயாரானது. தலைக் கறியைப் பொதுவாக யாரும் விரும்ப மாட்டார்கள் என்பதால் அதனை மட்டும் தனியாக எடுத்து வைத்துவிட்டார்கள்.

சிறுத்தொண்டர் அகோரியை அழைத்து வருவதற்காக கணபதீஸ்வரர் கோயிலுக்குச் சென்றார்.

“சுவாமி தாங்கள் கூறியதுபோலவே பிள்ளைக் கறி தயாராகி விட்டது. என் இல்லம் வந்து உணவருந்திச் செல்லுங்கள்.“

அகோரியும் மகிழ்ச்சியுடன் அவரது இல்லம் நோக்கி விரைந்தார்.

வாழை இலையின் முன் அமர்ந்தார். சிவபெருமானை நினைந்து கண்களை மூடிப் பிரார்த்தித்தார்.

அப்புறம் அவருக்கு பிள்ளைக் கறி பரிமாறப்பட்டது.

அதனையே உற்றுப்பார்த்த அகோரி, “தலைக்கறி எங்கே? எனக்கு முன்னதாக அதை நீங்களே சாப்பிட்டு விட்டீர்களா? தலைக்கறி இல்லையென்றால் நான் சாப்பிடப் போவதில்லை” என்று கோபமாகக் கூறி இருக்கையில் இருந்து எழ முயற்சி செய்தார்.

பதறிப்போன சிறுத்தொண்டர், “தாங்கள் தலைக்கறி சாப்பிட மாட்டீர்களோ என்று நினைத்து அதனைத் தனியாக எடுத்து வைத்து விட்டோம். இதோ அதனை எடுத்து வருகிறோம்” என்று சுவாமியை சமாதானப்படுத்தியவாறு, தலைக்கறியை அவரது இலையில் பரிமாறினார்.

இப்போது திருப்தி அடைந்தாலும் உணவருந்தாமலேயே இருந்தார் அகோரி.

“சுவாமி, ஏதாவது பிரச்சனையா?”

“ஆமாம். எனக்கும் உன்னைப் போல ஒரு பழக்கம் உண்டு. அதாவது என்றுமே நான் தனியாக உண்பது கிடையாது. ஒரு சிவனடியாரோடுதான் உண்பேன். நீ போய் சிவனடியார் ஒருவரை அழைத்து வா”

“மன்னிக்க வேண்டுகிறேன் சுவாமி. இன்று சிவனடியார் ஒருவரைக்கூட இந்த ஊரில் பார்க்க முடியவில்லை”

“அப்படியா! பரவாயில்லை. நீயும் ஒரு சிவனடியார் தானே? வா, என்னருகே அமர்ந்து சாப்பிடு”

வேறு வழியில்லாமல் அகோரியின் அருகே அமர்ந்தார் சிறுத்தொண்டர். அவர் பெற்ற பாலகனின் கறியை அவரே உண்ண வேண்டிய கொடுமையான நிலைமை.

சிறுத்தொண்டர் கறியை எடுத்து வாயருகே கொண்டு போனார் உண்பதற்காக.

சட்டென்று அவர் கரத்தைப் பிடித்துத் தடுத்து நிறுத்தினார் அகோரி.

“ஆமாம் உனக்கு ஒரு மகன் உண்டு அல்லவா? எங்கே அவன்?”

சிறுத்தொண்டரால் இதற்குப் பதில் சொல்ல முடியவில்லை. அவரது மனைவிக்கோ கண்ணீர் தளும்பத் தொடங்கியது.

“உன் மகனையும் கூப்பிடு. அவனுக்கும் என்னருகே ஒரு இலை போடு. அவனும் நம்மோடு உண்ணட்டும்”

“மன்னிக்க வேண்டும் சுவாமி. அவன் வரமாட்டான்”

“வர மாட்டானா? அப்படியெல்லாம் ஒன்றும் கிடையாது. உரக்கக் கூப்பிடு. கண்டிப்பாக வருவான்”

சிறுத்தொண்டர் எழுந்தார். வாசலருகே சென்றார். மகனைக் கூப்பிட வாயைத் திறந்தார். ஆனால் வார்த்தைகள் வெளியே வர மறுத்தன.

“வாசலில் போய் நின்றுகொண்டு மௌனமாக நின்றால்

எப்படி வருவான்? அவன் பெயரைச் சொல்லி உரக்கக் கூப்பிடு. அப்போது தான் வருவான்" என்று அதட்டினார் அகோரி.

அதற்கு மேலும் முடியாமல், "சீராள தேவா.... நான் பெற்ற செல்வமே... விரைந்தோடி வா... உன்னைக் காண சிவனடியார் இங்கே வீற்றிருக்கிறார்...." என்று கதறினார் சிறுத்தொண்டர்.

என்ன கத்தினாலும் தன் மகன் வரமாட்டான் என்பது அவருக்கு நன்கு தெரியும் அல்லவா!

ஆனால் நடந்தது வேறு.

"அப்பா! இதோ வந்து விட்டேன்" என்று பதிலுக்குக் குரல் கொடுத்தபடியே தெருவில் இருந்து ஓடிவந்தான் சீராளன். இதனை நம்பவே முடியாமல் இன்ப அதிர்ச்சியில் உறைந்து போன அவர்கள் பெற்ற மகனைக் கட்டியணைத்து முத்தமாரிப் பொழிந்தனர்.

பின்னர் அகோரியிடம் நன்றியைச் சமர்ப்பிதற்காக வீட்டிற்குள் திரும்பினால் -

அங்கே அகோரியைக் காணவில்லை!

வாழை இலை இருந்தது.

ஆனால் அதில் பிள்ளைக் கறியைக் காணவில்லை!

என்ன ஆச்சரியம் இது!

நடப்பதெல்லாம் உண்மைதானா!

அப்போது இன்னும் ஒரு அற்புத அதிசயம் நிகழ்ந்தது.

வானத்தில் ரிஷப வாகனத்தில் சிவபெருமானும், பார்வதி தேவியும் தோன்றி சிறுத்தொண்டரையும் அவரது மனைவி, மகன் மற்றும் பணிப்பெண்ணையும் ஆசீர்வதித்தனர்.

இந்தப் புராணக்கதை நாம் ஏற்கெனவே அறிந்ததுதான் என்றாலும், இங்கே திரும்பவும் அதனைப் புரட்டியதற்குக் காரணம் உண்டு.

சிவபெருமான் ஏன் அகோரி உருவெடுத்து வந்தார்?

அகோரிகள் தான் நரமாமிசம் உண்பார்கள் என்பதை ஒருவகையில் உணர்த்தியிருக்கிறது சிறுத்தொண்டர் புராணம். அதாவது அப்போது அகோரிகள் தென்னிந்தியாவிற்கும் வந்து தங்கள் லீலைகளை நடத்தி இருக்கின்றனர்.

5

அகோரிகள் : சில உண்மைக் கதைகள்

அகோரிகள் மனித உருவில் இருக்கும் ஞானிகள் என்பதாக வட இந்தியாவில் வசிக்கும் இந்துக்கள் தீவிரமாக நம்புகின்றனர்.

இவர்களின் நடவடிக்கைகள் அனைத்துமே சாதாரண மனிதப் பிறவிகளில் இருந்து முற்றிலுமாக மாறுபட்டுத் தெரிகிறது. 'சவத்தில் இருந்து சிவம்' என்பதுதான் இவர்களின் முக்கிய குறிக்கோளாக இருக்கிறது.

'சவம்' என்ற வார்த்தையே பின்னாளில் 'சிவம்' என்று உருமாறியதாகவும் இவர்கள் வாதிக்கின்றனர்.

இதனால் இவர்கள் சவங்களைப் பெரிதாக மதிக்கின்றனர். நாம் அனாதைப் பிணம் என்று அருவருப்பாகச் சொல்வதை இவர்கள் ஏற்பதில்லை.

எந்தப் பிணமாக இருந்தாலும் அதனை மகிழ்ச்சியோடு ஏற்றுக் கொள்கின்றனர். அந்தப் பிணம் மனிதனாக இருக்கிற போது எத்தனையோ பாவங்களைச் செய்திருக்கும் என்றும், கங்கை நதியில் மிதக்க விடுகிறபோது பாவங்கள் மறைந்து முழுவதும் போய் விடுவதில்லை என்றும் இவர்கள் நம்புகின்றனர்.

அந்தப் பிணங்களைப் பூஜித்து அதன் உறுப்புகளை உட்கொள்வதன் மூலமாக மிச்ச சொச்சம் இருக்கும் பாவங்களைப் போக்கி அதனைப் புனிதமாக்க முடியும் என்பது இவர்களின் அழுத்தமான நம்பிக்கை.

இதன்காரணமாகவே பிணங்களை எடுத்து அதற்குப் பூஜைகள் செய்து அதன் உறுப்புகளை மென்று தின்று பாவத்தைப் போக்கிக் கொள்வதாகக் கூறுகின்றனர்.

இவ்வாறு செய்வதன் காரணமாக இவர்கள் சிவபெருமானின் அவதாரமான பைரவரின் கடைக்கண் பார்வையைப் பெற்றுவிடுவதாகவும், அதன்மூலம் மறுபிறவி என்பதற்கு முற்றுப்புள்ளி வைக்கப்பட்டு விடுவதாகவும் நினைக்கின்றனர்.

இப்படி அகோரிகள் வட இந்தியாவில், குறிப்பாக காசி போன்ற புண்ணிய தலங்களில் கங்கை நதிக்கரையில் காணப் படும் காடுகளில் அலைந்து திரிந்து கொண்டிருக்கின்றனர்.

இவர்களைப் பற்றி ஏராளமான கதைகள் சொல்லப் படுகின்றன. அவை எந்த அளவிற்கு உண்மையானது என்பதற்கு சான்றுகள் தேடி அலைவது வீணான செயல்.

கதைகளைப் படிக்கிறபோதே இதில் உண்மை இருக்கிறது என்பதும், இதில் உண்மை இல்லை என்பதும் நம் ஆழ் மனதிற்குத் தெரிந்து விடும். அது படிக்கிறவர்களின் ஆழ் மன எண்ணங்களைப் பொறுத்தது.

இப்போது நாம் கேள்விப்பட்ட சில கதைகளைப் பற்றிப் பார்க்கலாம்.

தைலங்கா சுவாமி

வாரணாசியில் மிகவும் சக்திவாய்ந்த அகோரி ஒருவர் இருந்தார். அவர் பெயர் தைலங்கா சுவாமி. தன்னை உண்மையான சிவபக்தர் என்று அவர் கூறிக்கொண்டிருந்தார். அவரைத் தரிசிக்க நாடு முழுவதிலும் இருந்து பக்தர்கள் வந்து செல்வதும் வழக்கமாக இருந்தது.

இவரைப் பார்ப்பதற்காக துறவி ஒருவர் ஒருமுறை வாரணாசி என்று அழைக்கப்படும் காசிக்கு வந்திருந்தார். அங்கு செல்லும் இந்துக்கள் அங்குள்ள காசி விஸ்வநாதர் ஆலயத் திற்குச் சென்று அவரை வழிபடாமல் வருவதே கிடையாது. அவ்வாறு வந்தால் அவர் ஒரு இந்துவாக இருக்கவும் முடியாது என்பது காலம் காலமாகக் கடைப்பிடிக்கப்படும் வழக்கம்.

அன்றும் அந்தத் துறவி காசி விஸ்வநாதர் ஆலயத்திற்குச் சென்றார். அங்கு தைலங்கா சுவாமி அமர்ந்திருந்தார். அவரது தரிசனத்திற்காக பக்தர்கள் கூட்டம் ஒன்று அவரைச் சுற்றிலும் அமர்ந்திருந்தது.

தைலங்கா சுவாமியோ கண்களை மூடித் தியானிப்பதும், திடீர் திடீரென்று கூட்டத்தினரைக் கோபமாகப் பார்த்து முறைப்பதுமாக இருந்தார். ஆனால் அங்கிருந்த யாரிடமும் ஒரு வார்த்தை கூட அவர் பேசவில்லை.

கூட்டம் மொத்தமும் பொறுமையாக இருந்தது. எந்த நேரத்திலும் சுவாமி யாரிடமாவது ஏதாவது பேசுவார் என்றும், அதன்மூலம் அவரது கஷ்டங்கள் நீங்கிவிடும் என்றும் எதிர்பார்த்து அமர்ந்திருந்தனர் அனைவரும்.

திடீரென்று எழுந்தார் தைலங்கா சுவாமி.

அனைவரும் அவர் என்ன செய்யப் போகிறாரோ என்ற பரபரப்போடு அவரையே பார்த்துக் கொண்டிருந்தனர்.

காசி விஸ்வநாதர் வீற்றிருக்கும் திசையைப் பார்த்துத் திரும்பினார்.

அப்புறம் யாருமே நினைத்துக் கூடப் பார்க்கவே முடியாத ஒரு செயலை அங்கே அரங்கேற்றினார்.

தைலங்கா சுவாமி

அதாவது புனிதமான அந்த ஆலயத்திற்குள் தனது சிறுநீரை சுதந்திரமாகப் பாய்ச்சத் தொடங்கினார். பின்னர் அங்கே திரண்டிருந்தவர்களைப் பார்த்துப் பேசவும் தொடங்கினார்.

''நான் மிகவும் புனிதமானவன். சக்தி நிறைந்தவன். அண்டங்கள் அனைத்தையும் அறிந்தவன். வருங்காலம் எப்படி இருக்கப்போகிறது என்பதை இன்றே அறிந்துணர்ந்தவன். பாவங்கள் மட்டுமே செய்து கொண்டிருக்கும் இந்த மானுடப் பிறவிகளில் இருந்து மாறுபட்டவன். கடவுள். எனது சிறுநீரானது புனித நீர். கங்கையைப் போன்ற புனித நீர். நீங்கள் ரோஜாப் பூவால் கடவுளை அர்ச்சிப்பதைக் காட்டிலும் அற்புதமானது இது"

இதைக்கேட்டு கூட்டத்தினரில் ஒரு பகுதியினர் கன்னத்தில் 'சிவசிவா..' என்று பக்திப் பரவசமாகப் போட்டுக் கொண்டனர். இன்னொரு பகுதியினரோ அருவருப்பில் முகம் சுழித்தனர்.

அந்தத் துறவிக்கோ தைலங்கா சுவாமியின் இந்தச் செயல்பாடு கோபத்தையும் ஆத்திரத்தையும் வரவழைத்தது.

"ஏய். சாமியாரே! என்ன காரியம் செய்து விட்டாய்? இந்தப் புனிதமான கோயிலை அசுத்தப்படுத்தி விட்டாயே! இனிமேல் ஒரு கணம் கூட நீ இங்கே இருக்கக்கூடாது. வெளியே போ" என்று கோபமாகக் கத்திக் கொண்டே, தைலங்கா சுவாமியின் கையைப் பிடித்து இழுத்து கோயிலுக்கு வெளியே தள்ளினார்.

அவ்வளவுதான். மொத்த கூட்டமும் அத்தோடு அங்கிருந்து அகன்று விட்டது. தைலங்கா சுவாமி அந்த துறவியைக் கோபமாகப் பார்த்தார். பின்னர் நக்கலாகச் சிரித்தார். அங்கிருந்து நகர்ந்து சென்றுவிட்டார்.

அன்று இரவு காசியை ஆண்ட மன்னருக்கு கனவு ஒன்று வந்தது. அதில் சிவபெருமான் தோன்றினார். அவரது கண்கள் தீப்பிழம்பாகக் கோபத்தில் சிவந்து காணப்பட்டது.

"ஏய் மன்னா! என்ன செய்து கொண்டிருக்கிறாய் நீ? என்னில் ஒருவனாக இருக்கும் தைலங்கா சுவாமியைத் துறவி ஒருவன் அவமானப்படுத்தி விட்டான். ஆனால் நீயோ இங்கே நிம்மதியாக உறங்கிக் கொண்டிருக்கிறாய்." என்றார்.

உடனடியாகக் கனவு விலகியது. மன்னர் விழித்தார்.

அவருக்கு எதுவுமே புரியவில்லை. காரணம் அன்று காசி விஸ்வநாதர் ஆலயத்தில் நடந்த சம்பவம் அவருக்குத் தெரியாது.

மறுநாள் பொழுது விடிந்ததும் கனவைப் பற்றித் தெரிவித்து அதற்குக் காரணமான துறவியைப் பிடித்து இழுத்து வருமாறு உத்தரவிட்டார்.

காவலர்களும் வேகமாகச் சென்று அந்தத் துறவியைப் பிடித்து இழுத்து வந்தனர். அவருக்கு சிறைத்தண்டனை விதித்து சிவபெருமானின் கோபத்தைத் தணிக்க முயற்சித்தார் மன்னர்.

ஆனால் சிறைப்பிடிக்கப்பட்ட அந்தத் துறவி, அடுத்த நாளே சிறையினுள் மர்மமான முறையில் இறந்து கிடந்தார். அவர் எப்படி இறந்தார் என்பது மன்னருக்கும் மற்றவர்களுக்கும் தெரியவே இல்லை.

துனிவாலா பாபா

மத்திய பிரதேச மாநிலம் கான்ட்வா நகர் அருகே பர்ஹான்பூர் என்றொரு சிற்றூர். அங்கு ஒரு காலத்தில் அகோரி ஒருவர் வசித்து வந்தார். அவரை துனிவாலா பாபா என்றே அங்குள்ள மக்கள் அழைத்தனர்.

தற்போது அவரது சமாதி அங்கு உள்ளது. தினமும்

நூற்றுக்கணக்கான பக்தர்கள் அங்கு வந்து வழிபட்டுச் செல்கின்றனர். இன்றும் இவ்வாறு நடந்து வருகிறது.

இவர் சமாதி அடைவதற்கு முன்பாக இவரை நேரில் சந்தித்த இந்தி எழுத்தாளர் அமர் ஜோஷி என்பவர் தனக்கேற்பட்ட அனுபவம் ஒன்றைத் திகிலுடன் எழுதுகிறார்.

'அந்த ஊரில் ஒரு இடத்தில் என்று வசிப்பதில்லை. எங்காவது சுற்றிக் கொண்டே இருப்பார் துனிவாலா பாபா.

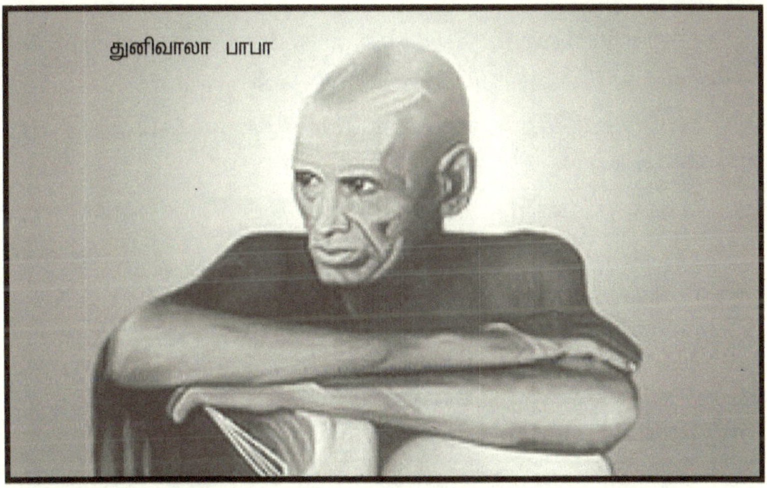
துனிவாலா பாபா

இதைத்தான் என்றில்லாமல் கண்ணில் கண்ட எதையும் எடுத்து வாயில் போட்டு சுவைத்து மெல்வது அவர் வழக்கம்.

அதாவது ஏற்கெனவே நாம் கூறியதுபோல அழுகலான, நாம் வெறுத்து ஒதுக்கும் அனைத்து சமாச்சாரங்களையும் அள்ளி எடுத்து வாயில் போட்டுக் கொள்வார் பாபா.

நான் இவரைப் பார்த்தபோது சுற்றிலும் சில பக்தர்கள் திரண்டிருந்தனர். சிலர் இவரைப் பார்த்து கும்பிட்டவாறு இருந்தனர். இன்னும் சிலரோ இவரைப் பரிகசித்துக் கொண்டிருந்தனர். இவரை ஆத்திரப்படுத்துகிற மாதிரியான நடவடிக்கைகளையும் செய்து கொண்டிருந்தனர்.

ஆனால் துனிவாலா பாபாவோ அங்கே தன்னைச் சுற்றி யாருமே இல்லாததுபோன்று 'எனக்கென்ன' என்பது போல இருந்து கொண்டிருந்தார்.

திடீரென்று அமர்ந்த நிலையிலேயே அந்தரத்தில் தொங்கினார். அதிர்ச்சிக்குள்ளாக்கியது இந்த நிகழ்வு. அப்படியே ஒரு நொடியோ, ஒரு நிமிடமோ இல்லை, ஒரு மணி நேரம் அந்தரத்திலேயே அமர்ந்த நிலையில் காணப்பட்டார். அப்படியே தனக்குத் தானே ஏதேதோ பேசிக் கொள்ளவும் செய்தார்.

இவையெல்லாம் நிஜந்தானா என்று என்னை நானே கிள்ளியும் பார்த்துக் கொள்ள நேரிட்டது.

பாபாவைக் கிண்டல் செய்தவர்கள் அனைவரும் இப்போது வாயடைத்துப் போய்விட்டனர்.

என்ன நடக்கிறது இங்கே?

ஒருநாள் ஒரு ஐம்பது வயது மதிக்கத் தக்க ஒருவர் பாபாவைப் பார்க்க வந்திருந்தார். அவருக்கு ஒரு பெரிய பிரச்சனை இருந்தது. அதாவது அவரது மகளுக்குத் திருமணம் தள்ளிப் போய்க் கொண்டே இருந்தது. அவரும் செய்யாத முயற்சிகள் இல்லை. அலையாத இடம் இல்லை. தேடாத மாப்பிள்ளை இல்லை.

ஆனால் எதுவுமே கைகூடாமல் இழுத்துக் கொண்டே போயிற்று.

அப்போதுதான் யாரோ பாபாவைப் பற்றிக் கூறியிருக்கிறார்கள். அவரது அனுக்கிரகம் கிடைத்தால் தடைப் பட்ட திருமணம் உடனடியாக நிறைவேறும்.

நம்பிக்கையோடு துனிவாலா பாபாவைப் பார்க்க வந்து விட்டார்.

சரி, என்னதான் நடக்கிறது என்று பார்க்கலாமே! ஆவலோடு நானும் காத்திருந்தேன்.

அப்போது அந்த மனிதர் மெல்ல எழுந்து பாபாவின் அருகே சென்று அவரது பாதத்தைத் தொட்டு வணங்கினார்.

ஆனால் பாபாவோ அவரை ஆசிர்வதிப்பதற்குப் பதிலாக அருகே இருந்த மோசமான கழிவுப் பொருட்களை எடுத்து அந்த மனிதரின் மீது எறிந்தார்.

இதனைப் பார்த்துக் கொண்டிருந்த நான் பெரும் அதிர்ச்சியுற்றேன். பாதம் பணிந்து தொட்டு வணங்கும் ஒரு பக்தரை பாபா அவமதித்து விட்டாரே!

ஆனால் அத்துடன் துனிவாலா பாபா நின்றுவிடவில்லை. இன்னும் ஒரு மோசமான செயலைச் செய்தார்.

அந்த மனிதரைக் கன்னாபின்னாவென்று வாயில் வந்தபடி திட்டினார். அவரை மட்டும் திட்டினாலும் பரவாயில்லை. அவரது அம்மாவை மிக மோசமாகத் திட்டினார். அவரது குடும்பத்தைக் கீழ்த்தரமாக ஏசினார். இன்னும் ஒரு படி மேலே போய் திருமணத் தடையால் அவதிப்பட்டுக் கொண்டிருக்கும் அவரது மகளை நரகத்திற்குத்தான் போவாள் என்றும் சபித்தார்.

இத்தனை ரகளை நடந்தும் அந்த மனிதர் எதுவுமே எதிர்ப்புத் தெரிவிக்காமல் அமைதியாகவே இருந்தார்.

ஆனால் இதனைப் பார்த்துக் கொண்டிருந்த எனக்குத் தான் இரத்தக் கொதிப்பு அதிகரித்தது.

இச்சம்பவம் நிகழ்ந்த சற்று நேரத்தில் அந்த மனிதர் எழுந்து, தனது உடம்பின் மீது ஒட்டிக் கொண்டிருந்த கழிவுகளைத் துடைத்தபடியே நகர்ந்து போய்விட்டார்.

இது நிகழ்ந்து மூன்று நாட்கள் மறைந்து விட்டன.

நான்காவது நாள்.

மீண்டும் அதே மனிதர் திரும்பவும் பாபாவைப் பார்ப்பதற்காக அங்கு வந்தார்.

‘இந்த மனிதருக்கு புத்தியே கிடையாதா? உடம்பில் இரத்தம் ஓடுகிறதா அல்லது வேறு ஏதாவது ஓடுகிறதா? மூன்று நாட்களுக்கு முன்பு தானே பாபா இவரை அவமானப்படுத்தி அனுப்பி வைத்தார். மீண்டும் வெட்கமே இல்லாமல் இளித்துக் கொண்டு வந்திருக்கிறாரே!’ என்று எனக்கு உள்ளுக்குள் குமுறல் குமுறலாக வந்தது.

ஆனால் அந்த மனிதரோ முகம் முழுவதும் மகிழ்ச்சி மலர்ந்து நிற்க கையில் இனிப்புப் பொட்டலம் ஒன்றை எடுத்து வந்து பாபாவின் திருப்பாதத்தில் காணிக்கையாக ஆக்கினார்.

இப்போதும் அதனை ஏற்றுக்கொள்ள மறுத்து, அவர் மீது கழிவுகளை வீசியெறிந்தார் துனிவாலா பாபா. அந்த மனிதரும் அருவருப்பே இல்லாமல் அதனைத் துடைத்துக் கொண்டு மலர்ந்த முகத்துடன் எழுந்து நகர்ந்தார்.

இப்போது என் பொறுமை எல்லை கடந்தது. இத்தனை அசிங்கப்படுத்திய பிறகும் மீண்டும் மீண்டும் பாபாவை வணங்கிச் செல்லும் அந்த மனிதரை நறுக்கென்று நாலு வார்த்தையாவது கேட்க வேண்டும் என்ற ஆவேசம் எழுந்தது.

அவரை வழிமறித்து, "மீண்டும் மீண்டும் உங்களை அசிங்கப்படுத்திய பிறகும் வெட்கமே இல்லாமல் இந்தப் பைத்தியக்காரரைப் பார்க்க வருகிறீர்களே?" என்று எனது குமுறலைக் கொட்டினேன்.

ஆனால் அந்த மனிதரோ என்னைப் பரிதாபமாகப் பார்த்து சிரித்தார். துனிவாலா பாபாவை மூன்று நாட்களுக்கு முன் வந்து தரிசித்துப் போனதும் தனது மகளின் திருமணத் தடை முற்றிலுமாக நீங்கிவிட்டதாகக் கூறினார். பெண்ணுக்குத் திருமணம் நிச்சயமாகிவிட்டதால்தான் மீண்டும் அவரைப் பார்த்து ஆசிபெற வந்ததாகவும் தெரிவித்தார்.

இதையெல்லாம் தாண்டி அப்போது இன்னொரு உண்மையையும் எனக்கு அவர் உணர்த்தினார்.

அதாவது பாபாவிடம் ஆசிபெற வந்தவர்களைத் திட்டினாலோ, உதைத்துத் தள்ளினாலோ, சேற்றை வாரி இறைத்தாலோ, அவர்களின் கவலைகள் அத்துடன் மறைந்து போய்விடும் என்பதாக அர்த்தம். நினைத்து வந்த காரியம் செவ்வனே நிறைவேறிவிடும் என்பதாகப் பொருள்படுமாம்.

அகோரி பாபாவைத் தரிசிக்கச் செல்லும் பக்தர்களுக்கு இனிப்பு வழங்கி ஆசிர்வதித்தால், அவருக்குக் கெட்ட நேரம் தொடங்கிவிட்டது என்று அர்த்தமாம். இதனை அங்கிருந்த பக்தர்கள் பலரும் சொன்னார்கள்.

எனவேதான் பாபா பின்னாலேயே ஒரு கூட்டம் எப்போதும் சுற்றிக் கொண்டிருந்தது. அவர் மலம் போன்ற ஏதாவது ஒரு கழிவை எடுத்து வீசமாட்டாரா என்று அவர்கள் ஏங்கியவாறே அவர் பின்னால் சுற்றுவதும் வழக்கமாக இருந்தது. அவ்வாறு வீசிய கழிவைப் பத்திரப்படுத்தி பிரசாதமாக அவர்கள் பாவிப்பதும் உண்டு'.

இந்த நிகழ்வுகளை நேரில் கண்கூடாகப் பார்த்ததாக அந்த எழுத்தாளர் பதிவு செய்துள்ளார்.

இதுபோன்று அகோரிகள் எதிர்மறையாக நடந்து கொள்வது ஏன்?

பிரச்சனையால் பாதிக்கப்பட்டவர்களின் பாவங்களை இதுபோன்ற கழிவுகளின் வாயிலாக அகற்றி விடுவார்கள் அகோரிகள் என்கின்றனர்.

டேராடூனில் அகோரி

மகாதேவ் என்பவர் தனக்கு ஏற்பட்ட ஒரு மறக்க முடியாத, வியப்பின் உச்சத்தைத் தொட வைக்கும் அனுபவம் ஒன்றை விவரிக்கிறார். இது இவரது வாழ்வில் நேரடியாகவே அனுபவித்த ஒரு நிகழ்வு.

இனி மகாதேவ் சொல்வதைக் கேட்போம்....

"உத்தரபிரதேச மாநிலம் டேராடூன் அருகே மால்தேவ்தா என்னும் அழகிய சுற்றுலாத் தலம் உள்ளது. அங்கு நண்பர்களுடன் மலையேறிக் கொண்டிருந்தபோது எனக்கு பயங்கரத் தாகம் ஏற்பட்டது. நாக்கு வறண்டு போயிற்று. பேச்சு வர மறுத்தது.

அணைப் பகுதியை அடைய இன்னும் எண்ணூறு அடிக்கு மேல் செல்ல வேண்டும். அதுவரை தாகத்தைப் பொறுக்க முடியாது. தண்ணீர் குடித்தே ஆக வேண்டும்.

கண்களைச் சுழலவிட்டபோது சற்று தொலைவில் ஒரு சிறிய குடிசை தென்பட்டது. அது நிலைகுலைந்து போகாதது போலக் காட்சியளித்ததால் அங்கு யாராவது வசிக்கலாம் என்று

தோன்றியது. அப்படியானால் பருகத் தண்ணீர் நிச்சயம் கிடைக்கும் என்றும் நினைத்தோம்.

வாசல்புறமாகச் சென்று உள்ளே எட்டிப் பார்த்தோம். இருட்டாக இருந்தது. கிட்டத்தட்ட மாலை நேரத்தில் சூரியன் மறைந்து கொண்டிருக்கும் வேளையைப் போன்ற இருள்.

"ஐயா..." என்று குரல் கொடுத்தோம்.

"யாரது?" என்று உள்ளேயிருந்து ஒரு பதில் குரல் கேட்டது.

'உள்ளே யாரோ இருக்கிறார்கள். நிச்சயமாகக் குடிக்கத் தண்ணீர் கிடைக்கும்' என்ற நம்பிக்கை ஏற்பட்டது.

"தாகமாக இருக்கிறது. குடிக்கத் தண்ணீர் கிடைக்குமா?"

இப்படிக் கேட்டதும் உள்ளேயிருந்து ஒரு மனிதர் எட்டிப் பார்த்தார். ஜடா முடியுடன் காட்சியளித்த அவர் இடுப்பில் மெல்லிய துணி ஒன்றை அணிந்திருந்தார்.

"தண்ணீர் தானே? நிச்சயமாகத் தருகிறேன்" என்றார்.

உடனே இரண்டு டம்ளர்களில் தண்ணீர் கொடுத்தார். இது எங்கள் தாகத்திற்குப் போதாது என்றாலும், அப்போதைக்கு இது நிறைவைத் தந்தது.

"இதுதான் உங்கள் நிரந்தர இருப்பிடமா?"

"அப்படியெல்லாம் கிடையாது. நான் ஒரே இடத்தில் வசிப்பதே கிடையாது. சுற்றிக் கொண்டே இருப்பேன்."

"அப்படியானால் மனிதர்களே இல்லாத காட்டில் சிறிய குடிசை அமைத்துத் தங்கியிருக்கிறீர்களே...?"

"பக்கத்தில் கொஞ்ச தூரத்தில் சுடுகாடு ஒன்று இருக்கிறது. அங்கு ஏதாவது அனாதைப் பிணத்தைக் கொண்டுவந்து யாராவது எரிக்க மாட்டார்களா என்று கடந்த மூன்று மாத காலமாகக் காத்திருந்தேன். என்னுடைய நல்ல நேரம், நேற்று ஒரு அனாதைப் பிணம் வந்தது. சந்தோஷமாக இருக்கிறது."

சுடுகாடு, அனாதைப் பிணம் என்று அவர் கூறியது எங்களுக்குக் குழப்பமாக இருந்தது.

இவர் யார்?

"சுடுகாடு என்கிறீர்கள், அனாதைப் பிணம் என்கிறீர்கள்... ஒன்றுமே புரியவில்லையே!"

"அனாதைப் பிணமாக இருந்தால்தான் அதன் தலைப்பகுதி கிடைக்கும். அப்போதுதானே அதன் மூளையைச் சமைத்துச் சாப்பிட முடியும்! எனக்கு நல்ல யோகம். நேற்று கிடைத்த அந்தப் பிணத்தின் தலைப் பகுதியில் இருந்து மூளையை எடுத்து அரிசியுடன் சேர்த்து சமைத்து சாப்பிட்டேன். இன்னும் மிச்சம் இருக்கிறது. இன்னும் மூன்று தினங்களுக்கு உணவுப் பிரச்சனையே கிடையாது."

"மனித மூளையைச் சாப்பிடுகிறீர்களா?" அதிர்ந்து போய்க் கேட்டோம். தொடர்ந்து, "அப்படியானால் நீங்கள் யாரென்று தெரிந்து கொள்ளலாமா?" என்றும் கேள்வியை வீசினோம்.

"நான் ஒரு அகோரி சாது" என்றார் அவர்.

திடுக்கிட்டுப் போனோம்.

எங்களை மேலும் அதிர்ச்சியடையச் செய்வதுபோல ஓரமாக இருந்த கறுப்பு நிறத்திலான பாத்திரம் ஒன்றை எடுத்துத் திறந்து காட்டினார். அதற்குள் அவர் ஏற்கெனவே சாப்பிட்டது போக மீதமுள்ள சமைத்த மூளைப் பகுதி இருந்தது.

இப்போது வயிற்றைப் புரட்டியது. அடக்கிக் கொண்டோம்.

"நீங்கள் யார்? எப்படி அகோரி சாதுவாக மாறினீர்கள்?"

"எனது சொந்த ஊர் கொல்கத்தா. ஒன்பது வயது ஆனபோது காளியின் தீவிர பக்தனாக மாறினேன். எனது பக்தியை மெச்சிய சாது ஒருவர், எனது பக்தி மார்க்கத்தைத் திருப்பிவிட்டார். என்னையும் அவரைப்போலவே அகோரியாக மாற்றினார். அப்போதுதான் அவர் எனக்குச் சொன்னார்: 'பக்தி மார்க்கத்தில் தீவிரமாக ஈடுபடவும், இறைசக்தியைப் பெறவும் குறைந்த பட்சம் ஒரு மனித மூளையையாவது சமைத்து உண்ண வேண்டும் என்றார். அவ்வாறு செய்தால் வருங்காலத்தை முன்னரே உணரும் சக்தி அதிகரிக்கும் என்றும், அவருக்கு அவ்

வாறான சக்தி கிடைத்திருப்பதாகவும் உறுதியாகச் சொன்னார். அவர் கூறியபடி நானும் நடந்தேன். எனக்கும் அதுபோன்ற சக்தி கிடைத்தது. நீங்கள் விரும்பினால் உங்கள் வருங்காலத்தைப் பற்றியும் என்னால் தெளிவாகக் கூறமுடியும்" என்றார்.

அவர் கூறியதைக் கேட்டதும், 'ஏன் இங்கே வந்தோம், இவரை ஏன் சந்தித்துத் தொலைத்தோம்' என்றே தோன்றியது.

சமைக்கப்பட்ட மனித மூளை இருக்கும் அந்த இடத்தில் இருப்பதற்கே ஒரு மாதிரியாக இருக்கவே வேகமாக அங்கிருந்து நகர்ந்து, எங்கள் பணியைத் தொடர்ந்தோம்.

அடுத்த சில தினங்களில் அகோரியைப் பற்றிய நினைவுகளை முற்றிலுமாக மறந்து போயிருந்தோம், எங்களது நெருங்கிய நண்பரான இராணுவத்தில் பிரிகேடியராகப் பணியாற்றி வருபவரையும், அவரது மனைவியையும் சந்திக்கும் வரை.

அப்புறம் வேதாளம் மீண்டும் முருங்கை மரத்தில் ஏறியது.

அந்த பிரிகேடியருக்கு ஒரு கடிதம் வந்திருந்தது. அதில் அவரது எதிர்காலத்திற்கே உலை வைக்கும் விதமாக அவர் மீது நீதிமன்றத்தில் வழக்கு ஒன்று பதிவு செய்யப்பட்டிருக்கிற விவரம் தெரிவிக்கப்பட்டிருந்தது.

இதனால் மிகவும் நொறுங்கிப் போனவராகக் காட்சி அளித்தார் அவர்.

அப்போது எனக்குத் திடீரென்று அந்த அகோரியைப் பற்றிய நினைவு வந்தது. எதிர்காலத்தைச் சரியாகக் கணித்துச் சொல்லும் அபார சக்தி இருப்பதாகக் கூறியது உண்மைதானா என்பதைப் பரீட்சித்துப் பார்க்க நல்ல சந்தர்ப்பம் அல்லவா!

பிரிகேடியர், அவரது மனைவியுடன் அகோரியைத் தேடிப் புறப்பட்டோம்.

அதே இடம். அதே குடிசை.

குரல் கொடுத்தோம். அகோரி வந்தார். எங்களை உள்ளே அழைத்தார். அமரச் சொன்னார். மூவரும் மண் தரையில் சப்பணமிட்டு அமர்ந்தோம்.

சற்று முன்னர் தான் மனித மூளையைச் சாப்பிட்டு முடித்ததாக, ரொம்ப சாதாரணமாகக் கூறினார் அவர்.

எங்கள் வருகைக்கான காரணத்தைக் கேட்டுத் தெரிந்து கொண்ட அகோரி, ஒரு சிறிய தண்ணீர் நிரப்பப்பட்ட பாத்திரத்தை எங்கள் முன்னால் வைத்தார்.

''இந்தப் பாத்திரத்தைப் பாருங்கள்" என்று கட்டளையிட்டார்.

நாங்கள் பார்த்தோம்.

பாத்திரத்தின் தண்ணீருக்குள் பிரிகேடியர் தெரிந்தார். வயதான தோற்றத்தில், இராணுவ உடையணியாமல் சாதாரண உடையில் இருந்தார் அவர்.

இதைப் பார்த்ததும் எங்களுக்கு ஆச்சரியமாக இருந்தது.

என்ன நடக்கிறது இங்கே?

சற்று நேரம் வரை அப்படியே தெரிந்தது. பின்னர் அது மறைந்தது. அப்புறம் டெல்லியில் உள்ள உச்ச நீதிமன்றம் தெளிவாகக் காட்சி தந்தது. அதன் முன்னால் கருநீல முழுக்கால் சட்டை அணிந்தவாறு அங்கிருந்தோருக்கு இனிப்பு வழங்கிக் கொண்டிருந்தார் பிரிகேடியர்.

இதற்கு மேல் அகோரி எங்களிடம் எதுவுமே பேசவில்லை. எங்களுக்கும் எதுவும் கேட்கத் தோன்றவில்லை.

இந்தச் சம்பவம் நிகழ்ந்து சில மாதங்கள் கடந்து போயின. ஒருநாள் பிரிகேடியர், அவரது நண்பர் ஒருவரை அழைத்து வந்தார். அந்த நண்பருக்கு ஏதோ பிரச்சனை. உடனடியாக அகோரியைப் பார்க்க வேண்டும் என்று வற்புறுத்தவே, நாங்கள் மீண்டும் அந்த சுடுகாட்டுப் பகுதிக்குப் பயணமானோம்.

அங்கே குடிசை சிதைந்த நிலையில் கிடந்தது. யாருமே வசிப்பதற்கான வாசனையே இல்லாமல் இருந்தது.

உள்ளே சென்று பார்த்தால் அகோரியைக் காணோம்.

சுடுகாட்டிற்கு ஏதோ ஒரு பிணத்தை எரியூட்ட வந்த சிலரிடம் அகோரியைப் பற்றி விசாரித்தோம். அருகே உள்ள ராய்ப்பூர் பகுதியைச் சேர்ந்தவர்கள் அதிகமாகத் தொல்லை கொடுத்ததால் அவர் இங்கிருந்து வேறு எங்கோ சென்று விட்டதாகச் சொன்னார்கள்.

ஏமாற்றத்துடன் திரும்பி விட்டோம்.

ஏழு ஆண்டுகள் கழிந்தது. ஒருநாள் எதேச்சையாக பிரிகேடியரை மீண்டும் சந்திக்கும் வாய்ப்பு கிட்டியது. சிவில் வழக்கு என்பதால் இழுத்துக் கொண்டே போவதாகக் கூறி வருத்தப்பட்டார். வேலையில் நீடிக்கவும் முடியாமல் போனதாகவும் கூறினார்.

கேட்கவே சங்கடமாக இருந்தது.

ஆனால் ஒரு மாத காலத்திற்குள் பிரிகேடியரிடம் இருந்து கடிதம் ஒன்று வந்தது. அதில் அவரது வழக்கு சம்பந்தமான தீர்ப்பு வழங்கப்பட இருப்பதாகத் தெரிவிக்கப்பட்டிருந்தது.

மகிழ்ச்சியோடும், அதிக எதிர்பார்ப்போடும் நானும் நீதிமன்றத்திற்குச் சென்றிருந்தேன்.

அங்கு நான் சென்றபோது கண்ட காட்சி என்னை மெய்சிலிர்க்க வைத்தது.

அதற்குள் தீர்ப்பு வழங்கப்பட்டிருக்கிறது.

பிரிகேடியர் அங்கிருந்தவர்களுக்கு இனிப்பு வழங்கிக் கொண்டிருந்தார். அப்போது அவர் கருநீல முழுக்கால் சட்டை அணிந்திருந்தார்.

பல ஆண்டுகளுக்கு முன்னர் அகோரியின் குடிசையில் பாத்திரமொன்றில் கண்ட காட்சி அப்படியே கண்முன்னே நடந்து கொண்டிருந்தது.

இதற்கு மேல் என்ன சொல்ல?

மாவீரன் அலெக்சாண்டரும் சாதுக்களும்

இந்தியாவைப் படையெடுத்து வென்றுவிட வேண்டும் என்பதே தனது ஒரே லட்சியமாகக் கொண்டிருந்தான் மாவீரன் அலெக்சாண்டர்.

அதற்கு முக்கிய காரணம் இங்கு விலைமதிக்க முடியாத முத்து, பவளம், வைரம் போன்றவை மட்டும் கிடையாது, ஆன்மீகத் தழைத்தோங்கியதும் காரணமாக இருந்தது.

இந்தியாவைக் கைப்பற்றியதும் அங்குள்ள சாதுக்களோடு உரையாடி, ஆன்மீகத்தைப் பற்றி முடிந்த அளவு தெரிந்து கொள்ள வேண்டும் என்பதும், முடிந்த வரையில் சாதுக்களைத் திரட்டி தனது கிரேக்க நாட்டிற்குக் கொண்டு வந்துவிட வேண்டும் என்பதும் அவனது குறிக்கோளாக இருந்தது.

உலக நாடுகள் பலவற்றையும் தனது வீரத்தால் வீழ்த்தி வெற்றிகளைக் குவித்த மாவீரன் கடைசியாக இந்தியாவின் போரஸ் என்றழைக்கப்பட்ட புருஷோத்தமன் என்னும் மன்னனோடு கடும் யுத்தம் நடத்தி வெற்றியைப் பெற்றான்.

அதன்பின்னர் அவனாலும், அவனது படையாலும் மேற்கொண்டும் போர் செய்ய முடியாத நிலை ஏற்பட்டது. துவண்டு போயிருந்தனர். எனவே போரை நிறுத்திவிட்டு தாயகம் திரும்ப முடிவெடுத்தனர்.

ஆனால் இந்தியத் துறவிகளைச் சந்திக்கிற தனது எண்ணத்தைக் கைவிட அலெக்சாண்டர் தயாராக இல்லை. துறவிகளைத் தேடி அலைந்தான்.

கடைசியாக சிக்கியவர்கள்தான் நாகா சாதுக்கள் என்ற நிர்வாண சாமியார்கள்.

காட்டுக்குள் மட்டுமே அலைந்து திரியும் இந்த சன்னியாசிகள் அலெக்சாண்டரை எதிர்த்து நாடெங்கும் தீவிரப் பிரச்சாரம் செய்து வந்தது மாவீரனுக்குத் தெரியும். இவர்களின் தூண்டுதல் காரணமாகவே இந்தியாவில் பல சாம்ராஜ்யங் களாகச் சிதறிக் கிடந்த மன்னர்கள் ஒன்று திரண்டு அணி சேர்ந்ததும் அவனுக்கு நன்றாகவே தெரியும்.

இருந்தாலும் இத்துறவிகளைச் சந்தித்தே ஆக வேண்டும் என்பதில் பிடிவாதம் காட்டினான் அலெக்சாண்டர். காடுகளில் சுற்றித் திரிந்தபோது சன்னியாசி ஒருவரைக் கண்டுபிடித்தான். அவர் பெயர் கலனஸ்.

முழு நிர்வாணமாக இருந்த அவரைப் பார்த்து ரொம்பவும் திகைப்பாக இருந்தது. அவரிடம் பேச்சுக் கொடுத்ததோடு, தனது எண்ணங்களுக்கும், தனது வலிமைக்கும் வணங்க வேண்டும் என்று அவரை நிர்ப்பந்தம் செய்தான் மாவீரன் அலெக்சாண்டர்.

இதனால் வெறுப்பும் கோபமும் அடைந்த அந்த சாது, திடீரென வேத மந்திரங்களை முணுமுணுக்கத் தொடங்கினார். அப்படியே அருகில் நெருப்பை மூட்டினார்.

அந்த சாது என்ன செய்கிறார் என்று தெரியாமல் குழப்பத்தோடு நடப்பவற்றைப் பார்த்துக் கொண்டிருந்தான் அலெக்சாண்டர்.

அந்த சாது, "பாபிலோனில் அலெக்சாண்டர் இறந்து போவார்" என்று கத்திக் கொண்டே நெருப்பில் தீக்குளித்து உயிரை விட்டார்.

இதனைப் பார்த்து அதிர்ச்சி அடைந்தான் மாவீரன். இந்தியத் துறவிகள் தீர்க்கதரிசிகள் என்பதைப் பற்றி ஏற்கெனவே கேள்விப்பட்டிருந்ததால், பயம் வந்துவிட்டது.

கலனஸ் என்ற அந்தத் துறவியின் குரு யாராவது இருக்கிறாரா என்று தேடினான். தண்டி சுவாமிகள் என்பவர் தான் அவரது குரு என்பது பின்னர் தெரியவந்தது. உடனடியாக அவரைத் தேடிச் சென்று, அவர் பாதங்களில் வீழ்ந்து வணங்கி, தன் பாவத்தைப் போக்கி அருளுமாறு கேட்டுக் கொண்டான் அந்த மாவீரன் அலெக்சாண்டர்.

ஆனால், சாது கொடுத்த சாபத்திலிருந்து அவனுக்கு விடுதலை கிடைக்கவில்லை. அவனது மரணம் பாபிலோனில் தான் ஏற்பட்டது.

வள்ளலாரைக் கண்ட சாது

வழக்கமாக திருவொற்றியூர் தியாகராஜ சுவாமி கோயிலுக்குச் செல்வது இராமலிங்க அடிகளின் வழக்கம். அன்றும் அப்படியே ஒரு மாலை வேளையில் அன்பர்களோடு சென்றார்.

எப்போதும் செல்கிற வழியில் செல்லாமல் அன்று இன்னொரு வழியைத் தேர்ந்தெடுத்து நடக்க ஆரம்பித்தார் அடிகள்.

இதனைப் பார்த்த அன்பர்கள் குழப்பமாக, "இது நாம் வழக்கமாகச் செல்லும் வழி அல்லவே!" என்றனர்.

"இல்லைதான். ஆனால் இந்தத் தெருவில் எனக்காக ஒருவர் வெகு நாட்களாகக் காத்துக் கொண்டிருக்கிறார். அவரை இன்று பார்த்துவிடுவது என்று தீர்மானித்துவிட்டேன்" என்றார்.

அன்பர்களுக்கு வியப்பும் குழப்பமும் ஏற்பட்டது. அதற்கு மேல் எதுவும் பேசத் தோன்றாமல் அமைதியாகவே அவரைப் பின்பற்றி நடந்தார்கள்.

அந்தத் தெருவில் பாதி தூரம் வந்திருப்பார்கள். அங்கிருந்த வீட்டுத் திண்ணை ஒன்றில் துறவி ஒருவர் அமர்ந்திருப்பதை அனைவருமே பார்த்தனர்.

அவர் ஆடை எதுவுமே அணியாமல் நிர்வாண கோலமாகக் காட்சியளித்தது இவர்களுக்கு என்னவோ போலிருந்தது.

ஆனால் அவர் செய்து கொண்டிருந்த செயலோ எரிச்சலை ஏற்படுத்துவதாக இருந்தது.

தெருவில் போவோர் வருவோரை எல்லாம் பார்த்து நக்கலாகவும், கிண்டலாகவும், 'இதோ நாய் ஒன்று போகிறது... இதோ மாடு போய்க் கொண்டிருக்கிறது.... இதோ ஆடு போகிறது... இதோ பூனை போகிறது.... இதோ ஆனை போகிறது...' என்று வாய்க்கு வந்தபடி ஏளனம் செய்து கொண்டிருந்தார். அவர் வெறுப்படையும் விதமாகச் சிரித்துக் கொண்டும் இவ்வாறு நக்கலடித்துக் கொண்டிருந்தார்.

இதைப் பார்த்த அன்பர்கள், "ஐயா, என்ன இது இவர் துறவியா அல்லது பைத்தியமா?" என்று கோபமாகக் கேட்டனர்.

ஆனால் அவர்களுக்குப் பதிலளிக்காமல் மர்மச் சிரிப்பு ஒன்றை உதிரவிட்டார் வள்ளலார்.

இந்நிலையில் அவர்கள் அந்த நிர்வாண சாது இருக்கும் இடத்தின் அருகே வந்தபோது, அவர்கள் யாருமே எதிர்பாராத ஒரு அற்புதம் நிகழ்ந்தது.

அந்த சாது திண்ணையை விட்டு உற்சாகம் பொங்கக் கீழே குதித்து ஆடிக்கொண்டே இராமலிங்க அடிகள் முன்பாக வந்து நின்றார்.

இராமலிங்க அடிகள்

''இதோ ஒரு உத்தமன்! இவருக்காகவே நான் காத்திருந்தேன். இன்று நான் கண்டுவிட்டேன்... கண்டுவிட்டேன்...'' என்று ஆனந்தக் கூத்தாடினார் அந்தத் துறவி.

இதைக் கண்டு அனைவரும் ஆச்சரியம் அடைந்தனர். ஆனால் இராமலிங்கர் மட்டும் அமைதியாகவே இருந்தார். அப்புறம் அப்படியே துறவியின் அருகே, வெகு அருகே சென்றார். ''சுவாமிகளுக்கு வணக்கம்'' என்று இரு கரம் கூப்பி வணக்கம் தெரிவித்தார்.

இதன்பின்னர் துறவி வேகமாக, மிக வேகமாக தெரு முனையை நோக்கி நடந்தார். திரும்பினார். மறைந்தார். அதன்பின்னர் அவர் எங்கு சென்றார் என்பது யாருக்கும் தெரியாது. அந்தத் தெருப்பக்கமே அதன்பின் வரவில்லை.

இராமலிங்க சுவாமிகளுக்காகவே காத்திருந்த அவர், பார்த்ததும் தனது வேலை முடிந்துவிட்டதாக நினைத்து அகன்று விட்டார்.

ஸ்ரீ கசவன மௌன ஜோதி நிர்வாண சுவாமிகள்

நாம் சொல்லப் போகிற இந்த சுவாமிகளைப் போல பல சுவாமிகள் தமிழகத்தின் பல ஊர்களில் வசித்ததுண்டு.

கசவன சுவாமிகள்

இதனைப் படிக்கிற ஒவ்வொருவருக்கும் அதுபோன்ற அனுபவம் நினைவுக்கு வரக்கூடும். இதனை மனதில் வைத்துக் கொண்டு தொடர்ந்து படியுங்கள்.

திண்டுக்கல்லில் இருந்து பழனி செல்லும் நெடுஞ்சாலையில் சுமார் பன்னிரெண்டு கிலோ மீட்டர் தொலைவில் இருக்கிறது கசவனம்பட்டி என்னும் சிற்றூர்.

பல ஆண்டுகளுக்கு முன்னர் இங்கு ஒரு சாமியார் எங்கிருந்தோ வந்து சேர்ந்தார். சாமியார் என்றால் காவி உடை அணிந்திருப்பார், அது கந்தலாக இருந்தாலும். ஆனால் இந்தச் சாமியாரோ அதற்கு மாறாக உடையே அணியாமல் இருந்தது, அந்த ஊர் மக்களை ஆரம்பத்தில் வேடிக்கை பார்க்க வைத்தது. சில நல்லவர்கள் ஆடையைக் கொடுத்தால் அதை அணிந்து கொள்ளாமல் எறிந்து விடுவாராம்.

இதனால் அந்த ஊர் மக்கள் தத்தாத்ரேயரைப் போன்ற மும்மூர்த்திகளின் அவதாரமாகவே இவரை நினைத்தனர்.

இவரது செயல்பாடுகள் அனைத்தும் விளையாட்டுத் தனமாகத் தெரிந்ததால், இவரைப் பைத்தியக்காரன் என்றே பெரும்பாலான கிராமவாசிகள் நினைத்தனர்.

பாம்புகளோடு பயமே இல்லாமல் விளையாடுவதும், தன்னைத் தானே திடீரென்று அடித்துக் கொள்வதும்... இவரது விசித்திரச் செயல்களாக இருந்தன. இவ்வாறு திடீரென்று தன்னைத் தானே அவர் அடித்துக் கொண்டால் அந்த ஊரில் மரணம் ஒன்று நிகழப்போகிறது என்று அர்த்தம். அனுபவத்தின் மூலமாக இந்த உண்மையை அந்த ஊர் மக்கள் அறிந்து வைத்திருந்தனர்.

யாரோடும் எதுவும் அவர் பேசுவதே கிடையாது. அனைத்தும் மௌன மொழியே. இதனால் மௌன சாமியார் என்றே அழைக்கப்பட்டார்.

சில மாதங்களில் இவரைப் பற்றிப் பலருக்கும் தெரிய வெளியூர்களில் இருந்து சில ஞானிகளும், பெரியவர்களும் நேரில் வந்து அவரைத் தரிசித்ததும் உண்டு.

ஆனால் அங்குள்ள குறும்புத்தனமிக்க இளைஞர்கள் பலர் அவரைச் சீண்டுவார்கள். ஆனால் அதற்கு அவர் எந்த எதிர்ப்பும் தெரிவித்தது கிடையாது. மாறாக அவர்களைப் பார்த்து புன்சிரிப்பையே உதிர்த்து வந்தார்.

நாளாக நாளாகத்தான் இவரது மகிமையை அனைவரும் உணரத் தொடங்கினர். இவர் சாதாரண சாமியார் இல்லை என்பதையும், இவரிடம் மகா சக்தி இருப்பதையும் அவர்கள் அறிந்தனர்.

குறிப்பாக திடீர் திடீரென்று யாருடைய வீட்டிற்குள்ளாவது நுழைந்து சமையற்கட்டு வரைச் சென்று வருவாராம். ஆனால் அந்த வீட்டில் எதையும் தொடுவதும் கிடையாது, சாப்பிடுவதும் கிடையாதாம். இவ்வாறு சென்று வந்தால் ஒருசில நாட்களில் அந்த வீட்டில் நல்ல காரியம் ஒன்று நிச்சயம் நடக்குமாம்.

யாராவது சிகரெட் எதுவும் கொடுத்தால் அதனைப் புகைப்பது உண்டு. அப்படிச் செய்துவிட்டால் சிகரெட் கொடுத்தவர்களது துயரம் அடுத்த நிமிடமே பறந்து போய் விடுமாம்.

சில வியாதியஸ்தர்களைப் பார்த்தால் அவரைத் திடீரென்று ஓங்கி அடிப்பாராம். அல்லது உதை விடுவாராம்.

அவ்வாறு செய்தால் அவரது நோய் குணமாகிவிடுமாம்.

மௌன சாமியாரான இவர் பூஜை புனஸ்காரங்கள் எதுவுமே செய்தது கிடையாதாம். மந்திரங்கள் முழங்கியதும் இல்லையாம்.

சுமார் அறுபது வயது வரை வாழ்ந்த இவர் 1982ஆம் ஆண்டு சமாதி அடைந்தார். இவரது சமாதியின் மீது சிறிய அளவிலான கோயில் ஒன்று நிர்மாணிக்கப்பட்டு இன்று அங்கு ஏராளமான பக்தர்கள் வந்து வழிபட்டு வருகின்றனர்.

கிரிக்கெட்டிற்காக கபால பூஜை

அகோரிகள் என்பவர்கள் எங்கோ காட்டில் மட்டுமே வாழ்ந்து கொண்டிருப்பவர்கள் கிடையாது. இவர்கள் மக்களோடு மக்களாகவும் வாழ்ந்து வருகின்றனர். சுடுகாடு இவர்களது சொர்க்க பூமி. அவ்வப்போது அங்கு சென்று தங்களை மகிழ்வித்துக் கொள்வார்கள். மற்றபடி நாட்டு நிலவரங்களை அறிந்து கொள்வதிலும் இவர்களுக்கு மிகுந்த

விருப்பம் உண்டு.

இங்கு அகோரி என்றால் நாகா துறவிகள் உள்ளிட்ட அனைத்துத் துறவிகளைப் பற்றியும் கூறுவதாக எடுத்துக் கொள்ளலாம்.

காசியில் பாபா சமுந்தரம் என்று ஒரு அகோரி சாமியார். வழக்கமாக அனைத்து சாமியார்களைப் போலவே உண்பது, பருகுவது எல்லாமே மண்டையோட்டில்தான். அதேபோல மண்டையோடுகளையே மாலையாக அணிவித்துக் கொண்டு சுற்றித் திரிந்து வந்தார்.

இவர் அகோரியாக இருந்தபோதிலும் கிரிக்கெட் விளையாட்டில் தீவிர பற்று மிக்கவர். இந்திய தேசப் பற்று அதிகமாக இருந்ததால், கிரிக்கெட்டில் இந்தியா வெல்ல வேண்டும் என்று ஆசைப்படுவார், மற்ற இந்தியர்களைப் போலவே.

2006ஆம் ஆண்டு நடந்த ஒருநாள் கிரிக்கெட் போட்டியில் தென்னாப்பிரிக்காவிடம் இந்தியா பரிதாபமாகத் தோல்வியைத் தழுவ நேர்ந்தது. அது இந்தச் சாமியாரை வெகுவாகப் பாதித்தது. அடுத்த முறை நடைபெறும் போட்டியில் இந்திய அணி வெற்றி பெற்றே ஆக வேண்டும் என்று விரும்பினார். தனது விருப்பத்தை நிறைவேற்றுவதற்காக நள்ளிரவு பூஜை ஒன்றை நடத்தவும் முடிவு செய்தார்.

அதாவது வீரர்களின் திறமைகளை மேலும் அதிகப்படுத்த இதுபோன்ற பூஜையால் முடியும் என்பது அவரது நம்பிக்கை.

காசியில் உள்ள லக்ஸா என்ற இடத்தில் நள்ளிரவில் மண்டையோட்டை வைத்து இந்தப் பூஜையைத் தொடங்கினார் பாபா சமுந்தரம். கபால பூஜையை நடத்திய பின்னர் அந்த அகோரி பாபா அதுபற்றி விவரமாகக் கூறினார்.

“மற்றவர்களைப் போல விளம்பர நோக்கத்தில் இந்த பூஜையைச் செய்யவிரும்பவில்லை. ஏனென்றால் எனது மந்திர, தந்திர சக்தியைப் பிரயோகப்படுத்தி இந்திய கிரிக்கெட் வீரர்களுக்குள் புதைந்து கிடக்கும் ஆற்றலை வெளிக்கொணர் வதற்காகவே நள்ளிரவு கபால பூஜை நடத்தப்பட்டது. கடந்த

நான்கு ஆண்டுகளாக இதுபோன்ற கபால பூஜைகளைச் செய்து வெற்றியைப் பெற்றுள்ளேன். அந்த நம்பிக்கையின் பேரில்தான் இப்போதும் நடத்தினேன். கண்டிப்பாக இதன்மூலம் இந்திய வீரர்களுக்கு ஊக்கம் அதிகரித்து வெற்றியை ஈட்டுவார்கள் என்ற நம்பிக்கை எனக்கு நிறைய உள்ளது" என்று நம்பிக்கையோடு அந்த பாபா தெரிவித்தார்.

அவரது அறையில் இந்திய வீரர்கள் அனைவரும் அமர்ந்திருக்கும் மிகப் பிரம்மாண்ட போஸ்டர் ஒன்று ஒட்டப்பட்டிருந்தது. அதன் கீழே அமர்ந்து கொண்டுதான் இந்தப் பூஜையை நடத்தினார்.

மூன்று மனித மண்டையோடுகளை இதற்காக அவர் பயன்படுத்தினார். அவற்றுக்கு மலர் மாலைகளிட்டு, பூக்கள் மற்றும் ஒயின் போன்ற ஒரு திரவத்தால் அர்ச்சனை செய்தார்.

"உலகின் அனைத்து செயல்களும் மனித மூளையால்தான் நடைபெறுகின்றன. எனவேதான் மனித மண்டையோடுகளைச் சேகரித்து, அவற்றில் ஒயினை நிரப்பி, பழங்கள் மற்றும் பூக்களால் அபிஷேகம் செய்கிறேன். இதன்மூலம் மந்திர, தந்திர சக்திகள் வெளிப்பட்டு இந்திய வீரர்களின் மூளையை யோசிக்கத் தூண்டிவிடும்" என்றும் நம்பிக்கையோடு கூறினார் பாபா.

ஆக, நாட்டுப் பற்று மட்டுமல்லாமல், நடப்புச் செய்திகள் மீதும் இவர்களுக்கு ஆர்வம் இருப்பதும் வெளிப்படுகிறது.

6

அகோரிகளும் யோகிகளும்

இந்தியா என்பது மிகப் பெரிய நாடு. மக்கள் தொகையில் இரண்டாவது பெரிய நாடு. சுமார் 120 கோடி மக்கள் வசிக்கும் பிரம்மாண்டமான நாடு.

இத்தனை பெரிய நாட்டில் அகோரி சாதுக்கள் எத்தனை பேர் இருப்பார்கள் என்று நினைக்கிறீர்கள்?

சுமார் ஆயிரத்து ஐநூறு பேர் இருப்பதாகக் கணக்கிடப்பட்டுள்ளது.

'பாம்பைக் கண்டால் படையும் நடுங்கும்' என்பது போல, இந்த அகோரி களைக் கண்டால் கோடிக்கணக்கான இந்துக்களும் அஞ்சி நடுங்குகிறார்கள் என்பதே உண்மை.

உண்மையிலேயே இவர்கள் வன் முறையாளர்கள் கிடையாது. இவர்களின் முன்னோர்களாகக் கருதப்படும்

காபாலிகள் நரபலி கொடுத்ததாக வரலாறுகள் தெரிவிக்கின்றன. ஆனால் அகோரிகள் அவ்வாறு செய்வது கிடையாது.

இறந்த மனித உடலின் பாகங்களை வேக வைத்து உண்கிறார்கள். சுடுகாட்டிலேயே தங்கள் பெரும்பாலான காலத்தையும் கழிக்கிறார்கள். மனித மண்டையோட்டைத் திருவோடாகச் சுமந்து செல்லும் இவர்கள், அதில்தான் ஆகாரம் உண்கின்றனர். அதில்தான் நீரைப் பருகித் தாகம் தணிக்கின்றனர். மனித மலத்தில் இருந்து அத்தனை அசிங்கங்களையும் கவலையே இல்லாமல் சுவைக்கின்றனர். குறிப்பாக மண்டையோடுகளை மாலையாக்கி அணிந்துகொண்டும், உடல் முழுவதும் சுடுகாட்டுச் சாம்பலைப் பூசிக்கொண்டும், இடுப்பில் ஒரேயொரு மெல்லிய கருப்புத் துணியைக் கட்டிக் கொண்டும், வெறித்துப் பார்த்துக் கொண்டும் இருக்கிற இவர்களது தோற்றம் சாதாரண மனிதர்களுக்கு ஒரு பய உணர்ச்சியைத் தோற்றுவிக்கிறது.

இவர்கள் மனித நடமாட்டம் இல்லாத இடங்களில் வைத்தே பூஜை புனஸ்காரங்களைச் செய்கின்றனர். மனித மாமிசத்தையும், கழிவுகளையும் புசித்து, அதன்மூலம் மனிதர்களின் பாவங்களைக் களைவதாக அகோரிகள் நம்புகின்றனர். மனிதர்களின் கழிவுகள் மட்டுமல்லாமல் மிருகங்களின் கழிவுகளையும் உண்டு சுற்றுப்புறச் சூழல் சீர்கெடாமல் பாதுகாப்பதாகவும் அவர்கள் நினைக்கின்றனர்.

உள் மனத்தில் ஆழமாகப் பதிந்து கிடக்கின்ற பயம், வெறுப்பு, கோபம், பேராசை போன்றவற்றை இவ்வாறு அழித்துவிடுவதாகவும் அவர்கள் தீவிரமாக நம்பிக்கை கொண்டுள்ளனர்.

இவர்கள் பிரபஞ்சத்தில் அடங்கியுள்ள பஞ்ச பூதங்களான நீர், நிலம், காற்று, நெருப்பு, ஆகாயம் ஆகிய மகாசக்திகளை அடக்குவதில் நிபுணர்களாக இருக்கின்றனர்.

அதேபோல முக்கிய சக்தியாக விளங்கும் பிராணா சக்தியின் மிக நுண்ணிய விஷயங்களைத் தெளிவாக அறிந்து வைத்திருப்பதாகவும் சொல்லப்படுகிறது.

இவர்கள் மகாசக்தியின் மாணாக்கர்களாகக் கருதப்படுகின்றனர். குழந்தைகள் பொம்மைகளை வைத்து விளையாடுவதுபோல பிரபஞ்ச சட்டங்களைக் கைகளில் வைத்துக் கொண்டு சர்வசாதாரணமாக விளையாடி வருகின்றனர் இந்த அகோரி சாதுக்கள்.

இவர்கள் வசம் உள்ள அபார சக்திகளை சாதாரண மனிதர்கள் புரிந்து கொள்ளவே முடியாது என்றும் கூறப்படுகிறது.

பொதுவாக அகோரிகள் கூச்ச சுபாவம் உடையவர்கள். எனவே மனிதர்கள் வாழும் பகுதியை விட்டு தூரத்தில் விலகி இருப்பதையே விரும்புகின்றனர். அதாவது அடர்ந்த காட்டுப் பகுதிகளில் உள்ள குகைகள், பயங்கரமான சிங்கம், புலி போன்ற மிருகங்கள் வாழும் வனங்கள், சுடுகாடுகள், நதிக் கரைகள் என்று மனித நடமாட்டம் இல்லாத இடங்களே இவர்களின் வசிப்பிடங்களாக இருக்கின்றன.

மாய வழிபாடுகளில் உண்மையாகவும் தீவிரமாகவும் மூழ்கி விடுகின்றனர். ஒருசில சாதுக்கள் துணிச்சலாக இதுபோன்ற பாதைகளைத் தேர்ந்தெடுக்கின்றனர். இதன்மூலம் தங்களது ரகசியத்தையும், பாரம்பரியத்தையும் பத்திரமாகப் பாதுகாப்பதாக அகோரி சாதுக்கள் கூறுகின்றனர்.

உலகின் மிக மிகச் சிலபேர் மட்டுமே அகோரி யோகிகளைச் சந்தித்துப் பேசியிருக்கின்றனர். நிறைய பேர் இவர்களை அண்டவே முடியாத அளவிற்கு முயற்சிகள் வீணாகி சந்திக்க இயலாமல் திரும்பிப் போயிருக்கிறார்கள். சிலபேர் சந்தித்திருக்கின்றனர். ஆனால் அவர்களோடு உரையாட முடிந்ததில்லை.

இவர்களைச் சந்தித்துப் பேசியிருப்பவர்களாலும் இவர்களின் புதிரான சக்திகளைப் பற்றியும், பயங்கரமான வாழ்க்கை முறைகளைப் பற்றியும் தெரிந்து கொள்ள முடியவில்லை என்பது மறுக்க முடியாத உண்மை.

இப்போது 19ஆம் நூற்றாண்டில் வசித்த ஒரு யோகியைப் பற்றி நாம் பார்க்கலாம்.

அவர் பெயர் யோகிராஜ் காம்பிர்நாத். இவர் ஒரு பேரறிவாளி. தீர்க்கதரிசி. தனது வாழ்நாளில் இவர் மிகவும் சக்திவாய்ந்த யோகியாகவே வாழ்ந்தவர்.

இவரைப் பற்றி விஜயகிருஷ்ண கோஸ்வாமி என்ற யோகி நம்பவே முடியாத சில தகவல்களைக் கூறி, நம்மை அனாயாசமாக வியப்பு என்னும் குச்சியால் அடித்து வீழ்த்துகிறார்.

மகாசக்தி படைத்திருந்த அந்த காம்பிர்நாத் சுவாமி, தன் கண் அசைவு மூலம் பிரபஞ்சத்தையே அழிக்கவும், ஆக்கவுமான சக்தி படைத்தவராகத் திகழ்ந்தாராம்.

அவர் மீது அதீத நம்பிக்கை கொண்டு வணங்கியவர்களுக்கு எண்ணிக்கையில் அடங்காத அதிசயங்களை நடத்திக் காண்பித்துள்ளார். குறிப்பாக இறந்து போய் சடலமாக இருந்தவர்களை உயிரோடு எழுந்து நடமாடச் செய்து திகைப்பில் ஆழ்த்தியுள்ளார்.

அவர் கருணையின் உருவமாகவும், கடவுள் வடிவாகவும் பக்தர்களுக்குக் காட்சியளித்தார்.

பட்டுத் துணிகளை அணிந்துகொள்ள உறுதியாக மறுத்து வந்தார். ஆயிரக்கணக்கான பட்டுப் பூச்சிகளைக் கொன்று தயாரிக்கப்படுவது பட்டுத்துணி என்பதால் தான் அதனை ஏற்க அவர் மறுத்து வந்ததாகவும் அதற்கு விளக்கம் அளித்தார்.

யோகிராஜ் காம்பிர்நாத் மகத்தான துறவி. பாரம்பரிய சங்கத்தின் தலைவராக இருந்தபோதிலும் பிச்சைக்காரர் போலவே வாழ்ந்து வந்தார். ஆணவம் மற்றும் பெருமை அற்றவராகவே வசித்து வந்த யோகி அவர்.

இப்பேர்ப்பட்ட சுவாமி சிறுவயது முதலே ஒரு அகோரியாக மாறிப்போனவர் என்பது வெகு சிலர் மட்டுமே அறிந்திருந்தது குறிப்பிடத்தக்கது.

அப்போது மிகவும் சிறிய பையனாக இருந்த விசுதானந்தா என்பவர் கியான்கஞ்ச் என்ற இடத்திற்கு தீட்சை பெறுவதற்காக அழைத்து வரப்பட்டிருந்தார். மகரிஷி மகாதப்தா என்பவர்

இவருக்கு தீட்சை வழங்கிய பின், விசுதானந்தாவை அழைத்துக் கொண்டு யோகிராஜ் காம்பிர்நாத்திடம் ஆசி வாங்குவதற்காக தியானத்தில் இருக்கும் இடத்திற்கு அழைத்து வரப்பட்டார்.

சமாதி நிலையில் இருந்த யோகிராஜ் கண்களைத் திறந்து அவரைக் கருணைப் பார்வை பார்த்தார். அந்தச் சிறுவனை சற்று நேரம் உற்றுப் பார்த்த யோகிராஜ், 'சரி, நல்லது' என்கிற வார்த்தையை மட்டும் உதிர்த்துவிட்டு ஆரம்பித்தில் இருந்த அதே சமாதி நிலைக்கு மீண்டும் திரும்பிவிட்டார்.

விசுதானந்த பரமஹம்சாவைப் பற்றி சில அற்புதமான கதைகள் சூரிய நமஸ்காரம் செய்யும் துறவிகள் மத்தியில் பேசப்படுகின்றன.

உறுப்புகளை மாற்றுகிற சக்தி மட்டுமல்லாமல் அதனை உருவாக்கும் சக்திகளைப் பெற்றவராகவும் விசுதானந்தா திகழ்ந்திருந்தாராம்.

இவர் ஒரு அகோரி இல்லை என்றாலும் தந்திரி யோகியாக இருந்தார் என்றும் சூரிய அறிவியல் மற்றும் யோகாவின் மூலமாகவே இதுபோன்ற அற்புதங்களை அவர் படைத்தார் என்றும் சொல்லப்படுகிறது.

இவர் உண்மையானவராகவும், நினைத்துக்கூடப் பார்க்க முடியாத பல்வேறு அதிசயங்களை நிகழ்த்தியவராகவும் அறியப்படுகிறார்.

தனது தொப்புளைத் திறந்து அதிலிருந்து மணிப்பூரக தாமரை மலரைத் தனது பக்தர்களுக்கும், சீடர்களுக்கும் காண்பித்து அதிசயத்தில் ஆழ்த்திய சம்பவங்களும் உண்டு.

பின்னர் இவர் பரமஹம்ச யோகி என்று அழைக்கப் பட்டார். யோகா, தந்திரா, சூரிய அறிவியல், மந்திர அறிவியல் போன்றவற்றில் மிகத் திறமைசாலியாகவும் இவர் திகழ்ந்தார்.

பிஜாய்கிருஷ்ண கோஸ்வாமி என்னும் விஜயகிருஷ்ண கோஸ்வாமி என்பவர் தனது நண்பருடன் ஒருமுறை தனக்கு உண்மையான குரு ஒருவரைத் தேடி அலைந்தார். அப்போது இமயமலையின் குகை ஒன்றிற்குச் சென்றார்.

குகை வாயிலில் ஒரு இளம் அகோரி சாது. அவரது முகம் கொடூரமாகவும், பார்ப்பதற்கே பயங்கரமான தோற்றமாகவும் அவர் காட்சியளித்தார். அவரது கழுத்தில் அணிந்திருந்த மாலை மனித மண்டையோடுகளால் ஆனது. இடுப்பில் சிறிய அளவிலான ஆடை மட்டுமே அணிந்திருந்தார்.

அவரெதிரே போய் நின்ற கோஸ்வாமியும் அவரது நண்பரும் சற்று அதிர்ச்சியாகவும், பயக் கலப்புடனும் அவரையே பார்த்துக் கொண்டிருந்தனர்.

அப்போது சற்றும் எதிர்பாராத ஒரு செயலை அவர் செய்ய ஆரம்பித்தார். கீழே குனிந்து அங்கிருந்த சரளைக் கற்களைக் கைகளில் எடுத்துக் கொண்டு இவர்கள் மீது வீசியெறியத் தொடங்கினார்.

இதைப்பார்த்ததும் கோஸ்வாமியின் நண்பர் பயந்துபோய் உயிர் பிழைத்தால் போதும் என்று அங்கிருந்து ஓடத் தொடங்கி விட்டார். ஆனால் விஜயகிருஷ்ணா அவ்வாறு நடந்து கொள்ளாமல் தைரியமாக அந்த அகோரியை நோக்கி நடக்கத் தொடங்கினார்.

'நீ என்ன செய்தாலும் நான் பயந்து ஓடப் போவதில்லை. என்ன தான் நடக்கிறது என்பதை ஒரு கை பார்க்கத் தயாராகவே இருக்கிறேன்' என்பதுபோல நெஞ்சை நிமிர்த்திக் கொண்டு முன்னோக்கி நடந்தார்.

இப்படியான எதிர்ச்செயலை அந்த அகோரி எதிர்பார்க்க வில்லை என்பதை அவரது முகம் காட்டியது. அடுத்த நிமிடம் தனது எதிர்ப்பைக் கைவிட்ட அகோரி சாது, விஜயகிருஷ்ணாவைப் பார்த்து சிநேகத்துடன் சிரிக்க ஆரம்பித்தார். தனது செயல்பாட்டிற்காக வருந்திய அகோரி, கோஸ்வாமிக்கு தனது வரவேற்பை அளித்ததோடு, அவருக்கு ஒரு அன்பளிப்பையும் அளித்தார்.

அவர் அளித்த அன்பளிப்பு என்ன தெரியுமா?

எரிந்த மனித உடலின் ஒரு பகுதி!

இதைப்பார்த்த விஜயகிருஷ்ணா, முகம் சுளித்தவாறே அந்த அன்பளிப்பை ஏற்றுக்கொள்ள மறுத்துவிட்டார்.

அந்த மறுப்பைப் பொருட்படுத்தாத அகோரி, விஜயகிருஷ்ணாவை குகையினுள் அழைத்தார். முதலில் தயங்கிய அவர், உள்ளே ஏதோ ஒரு அற்புதம் இருக்கிறது என்ற உள்ளுணர்வின் உந்துதலால் மெல்ல குகையை நோக்கி நடந்தார்.

உள்ளே அவர் நம்பவே முடியாத காட்சி ஒன்றைக் காண நேர்ந்தது. நான்கு சாதுக்கள் அவர்களுக்குரிய ஆசனங்களில் அமர்ந்திருந்தனர். அவர்கள் முன்னால் நெருப்பு குண்டம். அதில் யாகம் செய்தவாறு இருந்தனர். யாகத்தின் மூலமாகத் தங்களின் பலவீனம், தற்பெருமை போன்றவற்றை அவர்கள் அகற்றுவதற்காக முயற்சிகளை மேற்கொண்டிருந்தனர்.

அவர்கள் நான்கு பேரும் ஒரே பிரிவைச் சாராமல் வெவ்வேறு மதப் பிரிவைச் சேர்ந்தவர்களாகவும் இருந்தனர். அங்கு கடவுள் ஒருவரே என்னும் உயர்ந்த தத்துவத்தை உடையவர்களாக யாகம் வளர்த்துக் கொண்டிருந்தனர்.

அவர்களில் ஒருவர் யோகிராஜ் காம்ப்ரிநாத். இன்னொருவர் ராமாத் வைஷ்ணவா, மற்றொருவர் நானாக்ஷி ஷிக்த் ஆவர். இஸ்லாம் மதத்தைச் சேர்ந்த ஞானகுரு.

இவ்வாறு வெவ்வேறு பிரிவைச் சேர்ந்த இந்த நான்கு பேரும் ஒரே கடவுள் என்ற உயர்ந்த குறிக்கோளுடன் ஒரே பாதையில் சீராக அமர்ந்து தியானிப்பது பெரும் ஆச்சரியத்தை அளித்தது.

அங்கு வந்த விஜயகிருஷ்ணாவைப் பார்த்த காம்ப்ரிநாத், அவர் தேடிவந்த குரு தான் கிடையாது என்பதை முதலில் தெளிவுபடுத்தினார். எனினும் பிராணயாமம் பற்றிக் கூறி அதனை அவருக்குக் கற்றுத்தர விளைந்தார்.

அதன்பின்னர் இருபது ஆண்டுகளுக்குப் பிறகு இதே பிராணயாமத்தை அவரது குரு விஜயகிருஷ்ணாவிற்குக் கற்றுக் கொடுத்தபோதுதான், காம்ப்ரிநாத் சுவாமியால் கற்றுத்தரப்பட்ட பிராணயாமம் எத்தனை வலிமையானது, உன்னதமானது என்பது விஜயகிருஷ்ணாவிற்குப் புரிந்தது.

பிஜாய் கிருஷ்ணகோஸ்வாமி என்னும் விஜயகிருஷ்ணா வைணவ பாரம்பரியத்தைச் சேர்ந்த மிகப் பெரும் ரிஷி. அவர்

சுமார் 16 மணி நேரம் தொடர்ச்சியாக சமாதி நிலையில் அமரும் சக்தி மிக்க துறவி.

இவர் விஷம் கொடுத்துக் கொல்லப்பட்டார். எனினும் மறுபடியும் தனது உயிரை தனது சவத்திற்குள் புகுத்தி, அதன் பிறகும் சில வாரங்கள் வரை உயிர்வாழ்ந்த ஞானி விஜயகிருஷ்ணா. பலரும் இவரை அகோரி என்றே கருதி வந்தாலும் இவர் ஒரு அகோரி கிடையாது.

1900வது ஆண்டுகளில் வாழ்ந்த குலதானந்த பிரம்மச்சாரியாரால் எழுதப்பட்ட டைரியில் இருந்து மேலே கூறப்பட்ட இந்த அதிசய நிகழ்வுகள் கண்டெடுக்கப்பட்டன.

அகோரிகள் என்பவர்கள் நாத் யோகா என்னும் பிரிவில் இருந்து தோன்றியவர்கள் என்கிறார் யோகிராஜ் குரு கோரக்நாத் சுவாமிகள். யோகிகளை இவர் 12 பிரிவுகளாகவும் பிரிக்கிறார்.

கன்பாத், அகோர், மச்சேந்திரா, பார்த்ரிஹரி, சாரங்கி, துரிஹார், கானிஃபா, ராம்பந்த்தி, சித்தி கெரானி, அகோரி, யோகினி மற்றும் சான்யோகி என்று யோகிகளை அவர் வரிசைப்படுத்தி உள்ளார்.

இதுமட்டுமல்லாமல் 13வது பிரிவு ஒன்றும் உண்டு என்கிறார். அது முஸ்லீம் பிரிவாகும்.

நாத் பாரம்பரியத்தின் புனித ஸ்தலங்கள் கோரக்பூர், ஹுக்ளி மகாநாட் ஜட்டேஷ்வர் கோயில், கொல்கத்தாவின் டம்டமா, நேபாளத்தில் பசுபதிநாத் கோயில், ஹரித்வார், பாகிஸ்தானின் பெஷாவர், துவாரகா, கயாவின் கபாலிதரா மற்றும் குஜராத்தின் மவுண்ட் அர் ஆகும்.

புகழ்பெற்ற தைலங்கா சுவாமியை ஒரு அகோரி என்று பலரும் தவறாகக் கூறிவருகின்றனர். ஆனால் அவர் அகோரி ராது கிடையாது.

அவரது இயற்பெயர் ஹிட்லால் மிஸ்ரா. பாகீரத் சரஸ்வதி சுவாமியின் சீடர். துறவு நிலையின்போது இவரது பெயர் கணபதி சரஸ்வதி சுவாமி என்று மாற்றப்பட்டது. பின்னர் இவர் தைலங்கா சுவாமி என்று பலராலும் அழைக்கப்பட்டார்.

இவர் ஹதயோகி, ராஜயோகி மற்றும் ரசவாதம் ஆகிய கலைகளில் கைதேர்ந்தவராக விளங்கி வந்தார். ஒரு வடிவத்தில் இருந்து மற்றொரு வடிவத்திற்கு மாறும் அபூர்வ சக்தியைப் படைத்தவராகவும் இவர் இருந்தார். இதனால் பலரும் இவரிடம் மிகவும் மரியாதை காட்டிவந்தனர்.

இதனால் இவர் அகோரியாக மாறிவருவதாக நினைத்தனர். ஆனால் அப்படியில்லாமல் முழுக்கமுழுக்க சிவனை வழிபடும் ஒரு சைவ யோகியாக மட்டுமே இவர் வாழ்ந்து வந்தார்.

ஒரு தடவை கங்கை நதியில் இருந்து ஒரு டன் எடை உள்ள சிவலிங்கம் ஒன்றை எடுத்து காசியில் உள்ள தனது சிறிய அறையில் நிறுவினார். பின்னர் அதனைத் தனது ஆசிரமமாக நிறுவி அங்கு லிங்கத்திற்கு வழிபாடுகள் செய்தார்.

கங்கை நதியில் முழுநிர்வாண நிலையில் தண்ணீரில் மிதந்தவாறு பத்மாசனம் இட்டு அனைவரையும் பிரம்மாண்டத்தில் ஆழ்த்தி அற்புதம் நிகழ்த்தினார்.

ஒருமுறை நர்மதா நதிக்கரையில் அமர்ந்து அதன் தண்ணீரை எடுத்துப் பருகினார். அடுத்த நொடிப் பொழுது நதியின் நீர் முழுவதும் பாலாக மாறி ஆச்சரியப்படுத்தியது.

இதனை காக்கி பாபா என்றொரு சாது நேரடியாகப் பார்த்து பிரமித்துப் போனதாகக் குறிப்பிட்டுள்ளார்.

இவர் 250 ஆண்டுகள் உயிர் வாழ்ந்ததாகவும், ஸ்ரீ ராமகிருஷ்ண பரமஹம்சர், யோகிராஜ் ஷியாமசரண் லாஹிரி, பிஜாய்கிருஷ்ண கோஸ்வாமி உள்ளிட்ட பல யோகிகள் இவரை நேரில் சந்தித்து இருப்பதும் உண்மை.

ஆக, சிவனைத் தொழும் யோகிகள் அனைவரும் அகோரிகள் கிடையாது. ஆனால் அகோரிகளும் சிவவழிபாட்டைத்தான் கொண்டிருக்கிறார்கள்.

சிவ வழிபாட்டில் இரு பிரிவுகள் உள்ளன. ஒன்று வலது பாதை என்றும் மற்றொன்று இடது பாதை என்றும் அழைக்கப்படுகிறது. அதாவது இதனை வடமொழியில் தக்ஷிண ஆச்சாரா என்றும், வாம ஆச்சாரா என்றும் குறிப்பிடுவர்.

ருத்ரத்யாகி வேதிக், ஸ்வேதஷ்வேத்ர உபநிஷத் ரிஷிகள், பதாஞ்சல், ராஜ யோகி மற்றும் பொதுவான பக்தர்கள் உள்ளிட்டோர் வலது பாதையைச் சேர்ந்தவர்களாகக் கருதப் படுகின்றனர்.

பயங்கரமான அகோரிகள், கபாலிகர்கள், தந்திரிக் சாதுக்கள் போன்றோர் இடது பாதையைப் பின்பற்றுபவர்களாகக் கருதப் படுகின்றனர்.

பழக்க வழக்கங்கள், மந்திரங்கள், புனிதங்கள், மனப்போக்குகள் அனைத்திலும் இருபிரிவினருக்கும் அடிப்படையிலேயே மிகுந்த வேறுபாடுகள் உண்டு.

வலது பாதையைப் பின்பற்றும் சாதுக்கள் சாத்வீகத்தைக் கடைப்பிடித்து வருகின்றனர். இடது பாதையைப் பின்பற்றும் சாதுக்கள் பக்தர்களுக்குத் தீங்கு எதுவும் இழைக்காத, ஆனால் பயங்கரமான காரியங்களைக் கடைப்பிடித்து பரம்பொருளை அடைய முயல்கின்றனர்.

இது மட்டுமே இருவருக்குமான வித்தியாசம்.

7

அகோரிகளின் தொடக்கம்

காவி உடை தரித்தவர்கள் அனைவரும் துறவு நிலை பூண்டவர்கள் என்றோ, சாமியார்கள் என்றோ, யோகிகள் என்றோ, சாதுக்கள் என்றோ ஆகிவிட முடியாது.

அதேபோல நிர்வாணமாகவோ, இடுப்பில் மெல்லிய கருப்புத் துணியை மட்டுமே அணிந்தவர்கள் அனைவரும் அகோரிகள் என்றும் சொல்லிவிட முடியாது.

அகோரியாக ஒருவர் மாற வேண்டும் என்றால் அதற்கு சில அடிப்படை அம்சங் கள் வேண்டும். சுடுகாட்டை நேசிக்கத் தெரிந்திருக்க வேண்டும். மனித சடலங்

களைப் புசிக்கத் தெரிந்திருக்க வேண்டும். சில தந்திரங்களைத் தெரிந்திருக்க வேண்டும்.

இப்படி எவ்வளவோ இருக்கிறது.

இவ்வாறான செயல்பாடுகளால் இவர்கள் பயங்கரமானவர்கள் என்றோ, வன்முறைவாதிகள் என்றோ நினைத்தால் அது தவறு.

இவர்களை 'பிரம்மாண்டமானவர்கள்' என்று சொல்லலாம். தங்கள் இறையாற்றலை இன்னொரு ரூபத்தில் காண்பிக்கிறவர்கள் அகோரிகள் என்று சொல்வது சரியாக இருக்கும்.

தங்களை இறைவனுக்காக அர்ப்பணம் செய்து, அதன்மூலம் அவனைச் சரணடையும் விருப்புடன் அதற்கான அனைத்து வழிபாடுகளையும் செய்து வருகின்றனர்.

இவர்கள் சுடுகாட்டில் மட்டுமே வசித்து வருபவர்கள் அல்ல. மக்களோடு மக்களாகவும் இவர்கள் கலந்திருந்து, ஆன்மீகத்தைப் பரப்பி வருகிறார்கள். இந்தச் சமூகம் திருந்தவும், சங்கடங்கள் இல்லாமல் செயல்படவும், பிரச்சனைகளில் இருந்து விடுபடவும் சதாசர்வ காலமும் இவர்கள் பிரார்த்தித்துக் கொண்டிருக்கிறார்கள்.

இந்த உண்மை நிறைய பேருக்குப் புரிவதில்லை என்றும், அவர்கள் அகோரிகளைச் சரியாகப் புரிந்து கொள்ளாமல், இவர்களை ஏதோ நரமாமிசம் உண்ணும் மனிதப் பட்சி என்று நினைத்து பயந்து ஒதுங்கிப் போகின்றனர்.

இப்படி இவர்களைப் பற்றி நன்கு தெரிந்த சிலர் கூறுவது நமக்கு ஆச்சரியத்தை ஏற்படுத்தினாலும் அது உண்மையே.

இவர்கள் இமயமலைப் பகுதிகளான யமுனோத்ரி, கங்கோத்ரி, நேபாளம் போன்ற பல இடங்களில் வசித்து வருகின்றனர். எப்போதும் கூட்டம் கூட்டமாகவே இவர்கள் இருந்து வருகின்றனர்.

காசியில் 'கினாராம் ஆஸ்ரமம்' இவர்களின் தலைமை இடமாக விளங்கி வருகிறது. இந்த ஆஸ்ரமத்தின் மையப்

பகுதியில் கினாராம் என்ற அகோரி சாதுவின் சமாதி உள்ளது. இங்குதான் அகோரிகள் வந்து கூடுவது வழக்கம்.

இதைத் தவிர வாரணாசியில் ரவீந்திரபுரி என்னும் இடத்தில் அகோர் சோத் சன்ஸ்தான் உள்ளது. இதுவும் அகோரிகளின் முக்கிய ஆஸ்ரமமாகவும், அவர்கள் கூடும் மற்றொரு இடமாகவும் விளங்கி வருகிறது.

மேலும் பிணங்களை எரிக்கும் சுடுகாடுகள் இவர்களின் மற்றொரு வாசஸ்தலமாக இருந்து வருகிறது.

இப்படித்தான் அகோரிகள் வாழ்ந்து வருகின்றனர். இவர்களின் எண்ணிக்கை நாளுக்கு நாள் சுருங்கிக் கொண்டே வருவதாகவும், ஆயிரம் முதல் இரண்டாயிரம் பேர் வரை இருக்கக்கூடும் என்றும் கூறப்படுகிறது.

ஒரு அகோரியின் கதை

கொல்கத்தாவைச் சேர்ந்தவர் ராம். இவருக்கு வயது இருபதுக்குள் இருக்கும். ஏழ்மையான குடும்பத்தைச் சேர்ந்தவர். இவரது தந்தை ஒரு பத்திரிகையாளர். முற்போக்குக் கொள்கை உடையவர்.

ராம் நன்கு படித்து வந்தார். நன்றாகப் படித்து பட்டம் பெற்று மிகப் பெரிய பதவிக்கு வரும் திறமை இருப்பதாக ராமின் தந்தை நம்பி வந்தார்.

ஆனால் அது நடக்கவில்லை.

தாய், இரண்டு தம்பிகள் மற்றும் தங்கையை விட்டுப் பிரிந்து செல்ல முடிவெடுத்தார்.

எங்கே?

காசிக்கு.

எதற்கு?

அகோரியாக வேண்டும்.

இதுபோன்ற ஆசை இவருக்கு ஏன் வந்தது?

ஒருமுறை உறவினர் ஒருவரின் மரணத்தைத் தொடர்ந்து அவரை சுடுகாட்டிற்குக் கொண்டு சென்றபோது, ராமும் அங்கு செல்லும் வாய்ப்பு கிட்டியது.

அப்போது அவரையும் அறியாமல் அந்தப் பிணத்தின் மீது ஒரு ஈர்ப்பு. எரியூட்டப்பட்டபோது அந்த வாசனை அவருக்கு நன்றாக இருந்தது. ரசித்து மூச்சை இழுத்து விட்டார். இறந்து போனவரின் சாம்பலை அள்ளி வாயில் போட வேண்டும் போலவும் அவருக்குத் தோன்றியது.

இவையெல்லாம் ஏன் வந்தது என்பது தெரியாது. ஆனால் அதற்கு முன்பாக அகோரிகளைப் பற்றி அரசல் புரசலாக தெரிந்து வைத்திருந்தார் என்பது குறிப்பிடத்தக்கது.

இந்த நிகழ்வுக்குப் பிறகு அகோரிகளைப் பற்றி மேலும் அதிகமாக விசாரித்துத் தெரிந்து கொண்டார். இதனால் அகோரியாக மாறும் ஆசை வந்தது.

ஒருநாள் வெளியே சென்று வருவதாகக் கூறிவிட்டு நேராக ரயிலேறி காசி வந்தடைந்தார் ராம். அங்கு கினாராம் ஆஸ்ரமம் சென்று தனது ஆவலை வெளியிட்டார்.

அகோரியாக நினைப்பவருக்கு ஆரம்பத்தில் மிகக் கடுமையான பயிற்சிகள் இருக்கும் என்றும், நாள் முழுவதும் சுடுகாட்டில் வாழ்ந்து வரவேண்டியிருக்கும் என்றும் பயமுறுத்தல்கள் ஏற்படுத்தப்பட்டும், தனது ஆர்வத்தில் இருந்து இம்மியும் இறங்கவில்லை ராம்.

ஆக, அவர் என்னென்ன செய்ய வேண்டும் என்று சொல்லி காசியில் சடலங்கள் எரியூட்டப்படும் இடத்திற்கு அனுப்பி வைக்கப்பட்டார்.

ஒரு கோவணமும், இடையில் தரிக்க ஒரு மெல்லிய கறுப்புத் துணி மட்டுமே.

அவர் சுடுகாட்டில் கழிக்க வேண்டிய நாட்கள் 48. அதன் பின்னரே குருநாதர் அவருக்கு தீட்சை வழங்குவார். தீட்சை பெற்ற பின்னர் மாதம் ஒருநாள் கண்டிப்பாக சுடுகாட்டில் இருக்க வேண்டும். நரமாமிசம் புசிக்க வேண்டும்.

இது விதி.

சுடுகாட்டில் சடலங்களை எரித்த சாம்பலை உடலெங்கும் பூசிக் கொள்ள வேண்டும். அது சிறந்த கிருமி நாசினி என்பதால் எந்தவொரு நோய் நொடியும் அண்டாதவாறு தடுத்துவிட முடியும்.

அங்கு வரும் பிணங்கள் எரிவதற்கு அனைத்து உதவிகளையும் செய்வதோடு, சவங்களை வணங்கி வருவது கண்டிப்பாகக் கடைப்பிடிக்கப்பட வேண்டியது.

பிணங்களின் உறுப்புகளை பச்சையாகவோ, அல்லது நெருப்பில் சுட்டோ சாப்பிடலாம்.

"கோழி, ஆடு, மாடு போன்றவற்றின் மாமிசங்களைச் சமைத்துச் சாப்பிடுவது உண்டல்லவா! அதுபோலத்தான் மனித மாமிசங்களும். அதனைச் சாப்பிடுவதற்கு அருவருப்பு அடைய வேண்டாம்" என்று அவரது குருநாதர் அறிவுறுத்தி இருப்பதாக ராம் கூறினார்.

சுடுகாட்டு சாம்பலைக் கரைப்பதற்கு மனித மண்டையோட்டைத் தேடிக் கண்டுபிடித்தார். கங்கை நதிக்கரை முழுவதும் ஆங்காங்கே கிடக்கும் மண்டையோடுகள் ஒவ்வொன்றாக எடுத்து அது நன்றாக உள்ளது என்பதைப் பரிசோதித்து, அதனைத் திருவோடு போல பாறையில் தட்டி உடைத்து உருவாக்கினார்.

பின்னர் பிணத்தை எரித்த சாம்பலை அதில் அள்ளிப் போட்டு தண்ணீர் விட்டுக் குழப்பி உடம்பு முழுவதும் பூசிக் கொண்டார். அவரது முகம், தலைமுடி அனைத்திலும் அள்ளி பூசிக் கொள்வதை வழக்கமாகக் கொண்டார்.

பசிக்கிறபோது எரிந்து கொண்டிருக்கும் சடலத்தின் உடல் பகுதியைக் கவனமாகப் பிய்த்து எடுத்து அதனை நெருப்பில் நன்றாகச் சுட்டு, கோழிக் காலைச் சாப்பிடுவதுபோல ரசித்தும் ருசித்தும் சாப்பிடத் தொடங்கினார்.

நாற்பத்தெட்டு நாட்களும் இப்படியே மயானத்திலேயே சுற்றித் திரிவதும், அங்கு வரும் பிணங்களை வணங்கிப் பூஜிப்பதும், குருநாதர் கற்றுத்தந்த சுலோகங்களை உச்சரிப்தும், சிவனை வழிபடுவதுமாக சிரத்தையுடன் அகோரியாக மாறுவதற்கான அனைத்துப் பயிற்சிகளையும் கவனமாகச் செய்து வந்தார் ராம்.

ஒரு மண்டலம் கழிந்ததும் அவரது கடினப் பயிற்சிகள் நிறைவடைந்தன. ஆஸ்ரமத்தில் இருந்து சுடுகாட்டிற்கு வந்து அவரை ஆசிர்வதித்தார் குருநாதர். பூஜைகள் செய்யப்பட்டன. குருவின் பாதங்களில் விழுந்து பொங்கிவரும் அழுகையை அடக்க முடியாமல் விம்மினார் ராம்.

பின்னர் அவருக்கு அருள் வந்து சிறிதாக ஆடினார். இதனால் நிறைவடைந்த குருநாதர், "நீ ஒரு முழுமையான அகோரியாக இப்போது மாறிவிட்டாய்" என்று ஆசி கூறி, அவரை அழைத்துக் கொண்டு ஆஸ்ரமத்திற்கு வந்தார்.

அப்புறம் அங்கு நடைபெற்ற பேயோட்டும் சடங்கு ஒன்றில் ராம் கலந்து கொள்ள அழைத்துச் செல்லப்பட்டார். அதற்கான சூட்சுமங்களும், தந்திரங்களும் அவருக்கு மெல்ல மெல்லக் கற்றுத் தரப்பட்டன.

இனிமேல் ராமிற்கு மறுபிறவி கிடையாது. இறந்த பின்னர் இவர் பைரவரின் காலடியைச் சரணடையும் பாக்யம் பெற்றுவிட்டார்.

சில நாட்களுக்குப் பிறகு கொல்கத்தா செல்ல ஆவல் உந்தவே, குருநாதரிடம் விடைபெற்றுக் கொண்டு தனது பெற்றோரையும், உடன் பிறப்புகளையும் கண்டு மகிழ ரயிலேறினார்.

அப்போது உடலைச் சுற்றி கறுப்புத் துணியால் மூடிக் கொண்டார்.

ரயிலில் டிக்கெட் பரிசோதகர் வந்து டிக்கெட் கேட்டார். தன்னை ஒரு அகோரி சாது என்று அவர் அறிமுகப்படுத்திக் கொண்டார். அவரை ஏறஇறங்கப் பார்த்த பரிசோதகரும் மேற்கொண்டு எதுவும் நடவடிக்கை மேற்கொள்ளாமல் நகர்ந்து விட்டார்.

இப்படியாக கொல்கத்தாவை வந்தடைந்த அகோரி சாது ராம், ஒதுக்குப்புறமாக உள்ள தனது கிராமத்தை அடைந்து வீட்டிற்குச் சென்றார்.

அவரது அன்னை உட்பட அனைவரும் மிகுந்த மகிழ்ச்சியோடு அவரை வரவேற்று உபசரித்தனர்.

"எங்கே போயிருந்தாய்?" என்று அவர்கள் கேட்டதற்கு, "காசிக்கு" என்றார்.

"காசியில் இருப்பதாக ஒரு கடிதாசியாவது அனுப்பி இருக்கலாம் அல்லவா?" என்று அவர்கள் கேட்டனர்.

"சுடுகாட்டில் இருப்பவனால் எவ்வாறு கடிதம் எழுத முடியும்?" என்று ராம் திருப்பிக் கேட்டார்.

இதனால் மொத்தக் குடும்பமும் அதிர்ந்து போனது. அப்புறம்தான் அவர்களுக்கு ராம் ஒரு அகோரியாக மாறிப்போன உண்மை தெரிந்தது.

இதைக் கேட்டதும் ரொம்பவே நொறுங்கிப் போனவர் அவனது தந்தைதான்.

ஏனென்றால் அறிவும் ஆற்றலும் படைத்த ராம், மிகப் பெரிய கல்விமானாகவோ, வழக்கறிஞராகவோ வரக்கூடும் என்று எதிர்பார்த்திருந்தார். அது இப்போது கனவாகிப் போனது.

அனைவருமே கண்கலங்கினர்.

அவரது அன்னை ராம் என்ற மகனை அநேகமாக இழந்து விட்டார் என்றே சொல்ல வேண்டும். இதனால் துக்கம் தாளாமல் கதறி அழுதார்.

மனித மாமிசம் தின்ற ஒருவனால் இனிமேல் இந்தக் குடும்ப வாழ்க்கை முறையில் எப்படித் தொடர்ந்து நீடிக்க இயலும்?

இனிமேல் சவமும், சிவமும்தான் அவனுக்கு எல்லாம். அவனது பக்தி மார்க்கம் அகோரிகளின் பக்தி மார்க்கம். பயணம் இனி அதை நோக்கித்தான் இருக்கும்.

குடும்பத்தோடு சில நாட்கள் மட்டும் இருந்துவிட்டு, அனைவரிடமும் விடைபெற்றுக் கொண்டு கொல்கத்தாவில் இருந்து ரயிலேறினார் அகோரி ராம்.

மீண்டும் காசியை வந்தடைந்த ராம், சுடுகாட்டிலும், அகோரிகளின் ஆஸ்ரமத்திலுமாகத் தன் வாழ்க்கையைக் கழிக்கத் தொடங்கினார்.

ஆக, அகோரிகளின் எண்ணிக்கையில் இப்போது ஒன்று கூடிவிட்டது.

8

கும்பமேளாவும் சாதுக்களும்

இந்துக்களின் மெக்காவாகக் கருதப்படுவது காசி நகரம். இது இந்துக்களின் புண்ணிய க்ஷேத்திரங்களில் முதன்மையானது.

காசி என்றும், வாரணாசி என்றும், பெனாரஸ் என்றும் பல பெயர்களில் அழைக்கப்படும் புண்ணிய ஸ்தலம் இது. உத்தரபிரதேச மாநிலத்தில் அமைந்துள் ளது இப்புண்ணிய பூமி.

நகரின் வட திசையில் இருந்து 'வருணா' நதியும், தென் திசையில் இருந்து 'அசி' நதியும் ஓடோடி வந்து இங்குள்ள கங்கை நதியில் கலப்பதால் இதனை 'வாரணாசி' என்று அழைப்பதாகக் காரணப் பெயர் உண்டு.

இறைவனுக்கு இறைவனான பரம்பொருள் மகாதேவர், தனது திரிசூலத்தின் மீது தன் கால்களை வைத்து நின்றவாறு காசி நகரைப் படைத்ததாக ஒரு நம்பிக்கை உண்டு. எனவேதான் எந்தவொரு உயிரும் தன்னுடைய உடலை இங்கு மரணத்திற்கு அர்ப்பணித்தால் மோட்சத்தை அடைந்து சிவலோகம் செல்வதாக ஐதீகம்.

அத்வைதத்தை பகவான் ஆதிசங்கரர் ஆரம்பித்தது இக்காசி நகரில் இருந்துதான். சமூக அமைப்பில் தாழ்ந்த நிலையில் இருப்பதாகக் கருதப்பட்டவர்களும் பிரம்மத்தைக் காண வேண்டும் என்பதை நோக்கி அழைத்துச் செல்வதுதான் அத்வைதம். அதனைத் தொடங்கியவர் ஆதிசங்கரர்.

அத்துடன் தனக்கு நல்உபதேசம் அருளிய தாழ்த்தப்பட்ட வகுப்பினரானவரையே தனது குருவாகப் போற்றிப் புகழ்ந்து 'மனிஷா பஞ்சகம்' என்னும் துதியை சங்கரர் அருளியதும் இக்காசி நகரில்தான்.

வடபாரதத்தில் உள்ள இந்துக்கள் தென்பாரதத்தில் குறிப் பாக இராமேஸ்வரம் வருவதும், தென்பாரதத்தைச் சேர்ந்தவர்கள் வடபாரதத்தில் குறிப்பாகக் காசிக்குச் சென்று தரிசனம் செய்வதும் காலம் காலமாக நம்நாட்டில் நடந்துவரும் வழக்கம்.

பலமொழிகளைப் பேசுபவர்களாக இருந்தபோதிலும் ஆன்மீகத்தைப் பொருத்தமட்டில் அனைவரும் ஒன்றுபட்டு ஒரே அணியில் ஒரே கலாச்சாரத்தில் அணிவகுக்கின்றனர்.

ராமேஸ்வரம் தென்பகுதியின் முக்கிய புண்ணிய ஸ்தலம். அதேபோல காசி வடபகுதியின் மிகமுக்கிய புண்ணிய ஸ்தலம். ராமேஸ்வரத்தின் அக்னி தீர்த்தத்தின் மண்ணை எடுத்துச் சென்று அலகாபாத் பிரயாகையான கங்கை, யமுனை, சரஸ்வதி ஆகிய நதிகள் சங்கமிக்கும் திரிவேணி சங்கமத்தில் கரைக்க வேண்டும். பின்னர் அங்கிருந்து கங்கை நதியின் நீரை எடுத்து வந்து ராமேஸ்வரத்தில் குடி கொண்டிருக்கும் இராமநாத சுவாமிக்கு அபிஷேகம் செய்ய வேண்டும்.

இது ஐதீகம். அத்துடன் இவ்விரு தலங்களிலும் பித்ருக்களுக்கு சிரார்த்தம் மற்றும் தர்ப்பணம் செய்தால் காசி

மற்றும் ராமேஸ்வர தீர்த்த யாத்திரை பூர்த்தி அடைவதாக இந்துக்கள் நம்புகின்றனர்.

இவ்வாறு இந்துக்களின் முக்கிய புனிதத் தலங்களில் ஒன்றாக விளங்கி வருவது காசி.

இங்கு காசி விஸ்வநாதர் கோயில், கால பைரவர் கோயில், அன்னபூர்ணேஸ்வரி கோயில், விசாலாட்சி அம்மன் கோயில், துர்க்கையம்மன் கோயில், சங்கட் மோட்சன் ஹனுமான் கோயில், துளசிமனாஸ் மந்திர், பாரத் மாதா கோயில் என்று பல திருக்கோயில்கள் உள்ளன.

அத்துடன் ஹரிச்சந்திராகட், சிந்தாகட், தசாஸ்வமேதகட், மணிகர்ணிகாகட், பஞ்சகங்காகட் போன்ற பல்வேறு ‘கட்’கள் என்னும் கட்டிடங்களும் உள்ளன.

இதில் ‘ஹரிச்சந்திராகட்’ என்பது பிணங்களை எரிக்கப் பயன்படும் சுடுகாடு. இங்குதான் ஹரிச்சந்திரன் வெட்டியானாக இருந்து சுடுகாட்டைப் பாதுகாத்து வந்ததாகவும், அவனது மனைவி சந்திரமதி இறந்துபோன அவர்களது மகனுக்கு ஈமக் கிரியைகள் நடத்த அங்கு வந்ததாகவும் சொல்லப்படுகிறது. எனவேதான் இந்த இடத்திற்கு ஹரிச்சந்திரன்கட் என்று பெயர் வந்ததாகவும் சொல்கின்றனர்.

இங்கு எரிக்கப்பட்ட பிணங்களின் அஸ்தியை அருகில் உள்ள கங்கை நதியில் கரைப்பதால் அவர்களின் பாவங்கள் களையப்பட்டு, நேராக மோட்சத்திற்குச் செல்கிறார்கள் என்பது இந்துக்களின் அசைக்க முடியாத நம்பிக்கை.

விஸ்வநாதர் ஆலயத்தில் வீற்றிருந்து பக்தர்களுக்கு அருள்பாலிக்கும் லிங்கம், பன்னிரெண்டு ஜோதிர் லிங்கங்களுள் ஒன்றாக விளங்கி வருகிறது.

காசி நகரின் பெரும் புகழுக்குக் காரணமாக வரலாற்றுக் கதை ஒன்றும் சொல்லப்படுகிறது.

முன்னொரு காலத்தில் காசியை சகரன் என்ற மன்னன் ஆட்சி செய்து வந்தான். அவன் சூரியவம்சத்தில் தோன்றியவன் என்பதால் சக்திமிக்கவனாக இருந்தான்.

இந்நிலையில் அவன் அசுவமேத யாகம் ஒன்றைச் செய்யத் தொடங்கினான். இந்த சக்திமிகுந்த யாகம் முடிவடைந்தால் இந்திர லோகத்தில் கோலோச்சிக் கொண்டிருக்கும் தனது பதவிக்கு ஆபத்து நேர்ந்துவிடும் என்ற அச்சம் இந்திரனுக்கு ஏற்பட்டது.

'இந்த யாகத்தை எப்படியாவது தடுத்து நிறுத்திவிட வேண்டும்.'

இந்த எண்ணத்தோடு அதனைத் தடுத்து நிறுத்த வழிமுறை களைப் பற்றிச் சிந்தித்தான் இந்திரன்.

அசுவமேத யாகத்தின் குதிரையைத் திருடி, இமாலயத்தில் கடும் தவம் செய்து கொண்டிருந்த மாமுனி கபிலர் என்பவரின் ஆசிரமத்தில் கட்டி வைத்துவிட்டுச் சென்றுவிட்டான் இந்திரன்.

குதிரையைக் காணாமல் திகைத்துப்போன மன்னன் சகரன், தனது புதல்வர்களை அழைத்து அதனைக் கண்டுபிடித்துத் தருமாறு ஆணையிட்டான்.

அவர்களும் அவ்வாறே எங்கெங்கோ அலைந்து திரிந்து கடைசியில் மாமுனி கபிலரின் ஆசிரமத்தில் அதனைக் கண்டு பிடித்தார்கள். முனிவர்தான் குதிரையைத் திருடி வந்துவிட்டதாகத் தவறாக நினைத்து அவர் தவம் செய்து கொண்டிருப்பதையும் பொருட்படுத்தாமல் துன்புறுத்தினர்.

கடும் தவம் கலைந்த கபிலர் கோபம் கொண்டார். தனது அக்னிப் பார்வையை அவர்கள் மீது விட்டெறிந்தார். ராஜகுமாரர்கள் அனைவரும் அந்த நெருப்பில் பொசுங்கி சாம்பல் ஆகினர்.

இதனையறிந்த மன்னன் சகரன் வேதனையடைந்தான். தனது புதல்வர்கள் அனைவரையுமே இழந்துவிட்ட பிறகு ஆட்சி எதற்கு என்று நினைத்து, பேரன் அம்சுமான் என்பவனை அழைத்து, அவனுக்கு முடிசூட்டினான். அப்புறம் காவி உடையைத் தரித்துக் கொண்டு கானகம் சென்ற மன்னன், அங்கே கடும் தவம் செய்து முக்தி பேறு பெற்றான்.

இதனிடையே முனிவரின் கோபப்பார்வையால் எரிந்து

உயிர்துறந்த ராஜகுமாரர்கள், முக்தி பேற்றை அடைய முடியவில்லை.

இது அம்சுமானை சங்கடப்படுத்தியது. தனது தந்தையர்கள் அனைவரும் முக்தி அடைந்து நற்கதி பெற என்ன செய்ய வேண்டும் என்று விசாரித்தான்.

தேவலோகத்தில் மட்டுமே துள்ளிக் குதித்தோடிக் கொண்டிருந்த கங்கை நதியின் நீரைக் கொண்டுவந்து ராஜகுமாரர்களை எரித்த சாம்பல் மீது தெளித்தால் மட்டுமே சாபவிமோசனம் கிடைக்கும் என்றும், அப்போதுதான் அவர்கள் நற்கதியை அடைய முடியும் என்றும் ஞானிகள் கூறினர்.

ஆக, கங்கை நதியை பூலோகத்திற்குக் கொண்டு வந்தால் மட்டுமே இது சாத்தியம். ஆனால் அவ்வாறு பூமிக்குக் கொண்டு வருவது என்பது எவ்வாறு சாத்தியப்படும்?

அம்சுமானும் தனது முழுமையான சக்தியைப் பயன்படுத்திப் பார்த்தும் கங்கை நதியைப் பூலோகத்திற்குக் கொண்டுவர முடியவில்லை.

அவனுக்குப் பிறகு அவனது மைந்தன் அசமஞ்சன் ஆட்சிக்கு வந்த பின்னரும் கங்கையை பூலோகத்திற்குக் கொண்டுவர பெருமுயற்சி செய்தும் முடியவில்லை.

அவனுக்குப் பிறகு அவனது மைந்தன் பகீரதன் என்பவன், தனது முன்னோர்களின் ஆன்மாக்கள் முக்தி அடைவதற்காக கங்கை நதியைப் பூமிக்குக் கொண்டுவர வேண்டி கடும் தவம் மேற்கொண்டான்.

அவனது தவத்தை மெச்சிய கங்காதேவி, அவன் விருப்பத்தை ஏற்று பூமிக்கு வருவதற்கு இணக்கம் தெரிவித்தாள்.

சிவபெருமானின் திருமுடியில் கங்கையை நதியை விழச் செய்து அதன்மூலம் பூலோகத்தில் நதியாக ஓடவும் செய்தாள்.

இவ்வாறு கங்கை நதி காசி வழியாக ஓடத் துவங்கியதும் மகிழ்ச்சியடைந்த பகீரதன், தனது முன்னோர்களின் அஸ்தியை நதியில் கரைத்தான். இதன்பிறகே அவர்கள் முக்தி பேறு அடைந்தனர்.

மன்னனின் முன்னோர்கள் இவ்வாறு முக்தி பேறு அடைந்த விபரம் அறிந்ததும், அனைவரும் கங்கையில் அஸ்தியைக் கரைத்து முன்னோர்களின் ஆன்மாக்கள் முக்தி பேற்றை அடையச் செய்து மகிழ்ந்தனர்.

அதுமுதல் இன்று வரை இந்தப் பழக்கம் இந்துக்களிடையே தொடர்ந்து வருகிறது.

பிரயாகை

வடமாநிலங்களில் உள்ள இந்துக்களின் மிகப்பெரிய திருவிழாவாகக் கருதப்படுவது கும்பமேளா. குறிப்பாக 'மகா கும்பமேளா' என்பது 144 ஆண்டுகளுக்கு ஒருமுறை கொண்டாடப்படுகிறது.

அப்படியானால் இதன் சிறப்பும் முக்கியத்துவமும் எந்த அளவிற்கு இருக்கும் என்பதை யோசித்துப் பாருங்கள்.

12 ஆண்டுகளுக்கு ஒருமுறை நடைபெறும் கும்பமேளாவின் போது கங்கை, யமுனை மற்றும் சரஸ்வதி நதிகள் சங்கமிக்கும் இடத்தில் புனித நீராடினால் பாவங்கள் களைந்து மோட்சம் கிட்டும் என்பது நம்பிக்கை.

கும்பமேளா நடப்பதற்கும் ஒரு புராணக் கதை உண்டு.

சாகாவரம் அளிக்கும் அமிர்தத்தைப் பெறுவதற்காக தேவர்கள் ஒருபுறமும், அசுரர்கள் மறுபுறமுமாக பாற்கடலைக் கடைந்தனர்.

முதலில் வந்தது ஆலகால விஷம்!

அது கடலில் கலந்தால் கிடைக்கப் போகும் அமிர்தமும் விஷமாகிப்போகும் என்பதால் சிவபெருமான் அந்த விஷத்தை அள்ளி சாப்பிட்டுவிட்டார்.

இதனால் பதறிப்போனார் பார்வதி தேவி. அந்த விஷம் சிவனின் உடம்பு முழுவதும் பரவிவிட்டால் பிரச்சனையாகி விடுமே என்ற கவலையில் அவரது கழுத்தை இறுக்கிப் பிடித்து விஷம் பரவாமல் தடுக்க முனைந்தார். அதனால் விஷமானது கழுத்தோடு நின்றுபோனது. எனவே சிவபெருமானின் கழுத்துப்

பகுதி மட்டும் நீல நிறமாக மாறிப்போயிற்று. அவரும் நீலகண்டன் என்று அழைக்கப்பட்டார்.

இவ்வாறு விஷம் ஒரு முடிவினை எய்தியதும், அனைவரும் ஆவலுடன் எதிர்பார்த்த அமிர்தம் வந்து சேர்ந்தது. உடனே தேவர்களுக்கும், அசுரர்களுக்கும் நாவில் எச்சில் ஊற, 'உனக்கு, எனக்கு' என்று போட்டி போட்டுக்கொண்டு பருக முற்பட்டனர்.

இந்த நேரத்தில் இந்திரனின் மகன் ஜெயந்தனுக்கு ரொம்ப அவசரம். பறவை வேடம் எடுத்து அமிர்தக் கலசத்தைப் பறித்துக் கொண்டு பறக்கத் தொடங்கினான். இதனைக் கண்டதும் மகா கோபம் அடைந்த அசுரர்கள் கலசத்தைக் கைப்பற்றுவதற்காக ஜெயந்தனைப் பிடிக்க வீறுகொண்டு ஓடினர்.

ஒழுங்கு சீர்குலைந்தது. நியாயம் தலைதெறிக்க எங்கோ ஓடி ஒளிந்து கொண்டது. கட்டுப்பாடு சமாதி நிலையை அடைய, ஒருவருக்கொருவர் சண்டையிட ஆரம்பித்தனர்.

இந்தச் சண்டை பன்னிரெண்டு தினங்கள் தொடர்ந்து நடந்தது. பன்னிரெண்டு தினங்கள் என்றால் பன்னிரெண்டு

ஆண்டுகள். அதாவது மனிதனுக்கு ஒரு ஆண்டு என்பது தேவர்களைப் பொருத்தமட்டில் ஒரு நாள் என்பது கணக்கு. அதனால்தான் பன்னிரெண்டு ஆண்டுகளுக்கு ஒருமுறை கும்பமேளா திருவிழா சிறப்பாகக் கொண்டாடப்பட்டு வருகிறது.

இப்படி இரு பிரிவினரும் சண்டையிட்டுக் கொண்டிருந்த போது, கலசத்தில் இருந்த அமிர்தம் சிந்திவிடக் கூடாது என்ற கவலை எழுந்தது சந்தினுக்கு. ஓடிப்போய் அதனைப் பாதுகாக்க முயற்சி செய்தார் சந்திர பகவான்.

அதேபோல சூரிய பகவானும் கவலைப்பட்டு, கலசம் உடைந்து விடாமல் தடுக்க முயற்சித்தார்.

பிரகஸ்பதியும் கலசத்தில் இருந்து அமிர்தம் கீழே விழுந்து விடாமல் காப்பாற்ற முயற்சி மேற்கொண்டார்.

சனி பகவானும் தன் பங்குக்கு செயல்பட்டு கலசத்தைப் பாதுகாக்க முற்பட்டார்.

இவ்வாறாக நால்வரும் அரும்பாடுபட்டு அதனைக் காப்பாற்ற முயற்சிகள் செய்தபோதிலும், பூமியில் நான்கு இடங்களில் அமிர்தம் துளியாகச் சிந்திவிட்டது.

அது விழுந்த இடங்கள் அலகாபாத் என்னும் பிரயாகை, உஜ்ஜயினி, நாசிக், ஹரித்துவார்.

இவ்வாறு அமிர்தத் துளி சிந்திச் சிதறிய இடங்கள் புனிதத் தலமாக வழிபடப்படுகின்றன. இங்குதான் கும்பமேளா சிறப்பாகக் கொண்டாடப்படுகிறது.

மூன்று ஆண்டுகளுக்கு ஒருமுறை இந்த நான்கு இடங்களிலும் கும்பமேளா விழா மாற்றி மாற்றி நடைபெறுகிறது. ஆறு ஆண்டுகளுக்கு இடையே ஹரித்துவார் மற்றும் அலகாபாத்தில் நடைபெறும் கும்பமேளாவை 'அர்த் கும்பமேளா' என்று அழைக்கின்றனர். 'அர்த்' என்றால் 'பாதி' என்று அர்த்தம்.

ஆனாலும் பன்னிரெண்டு ஆண்டுகளுக்கு ஒருமுறை நடைபெறும் கும்பமேளாதான் முக்கிய சிறப்பு வாய்ந்ததாகப் போற்றப்படுகிறது. அன்றைய தினத்தில்தான் யோகிகளும்,

பக்தர்களும் கங்கையில் குளித்து பாவம் களைகின்றனர்.

பிரயாகையின் கிழக்குக் கரையில் அட்சயவடம் என்னும் வானைத் தொட்டுவிட உயர்ந்து நிற்கும் ஆலமரமும், கங்கை, யமுனை, சரஸ்வதி ஆகிய மூன்று நதிகளின் சங்கமமும் பிரயாகையின் புனிதத்தை மேலும் அதிகப்படுத்துகின்றன.

பிரயாகையின் கிழக்குப் பகுதியில் அக்பர் காலத்தில் கட்டப்பட்ட மிகப் பழமையான செங்கோட்டை அமைந்துள்ளது.

அக்பரின் ஆட்சிக்காலத்தில் வங்கத்தில் மிகப்பெரிய கலவரம் ஒன்று வெடித்தது. அதனை அடக்கி ஒடுக்குவதற்கான அனைத்து நடவடிக்கைகளிலும் தீவிரமாக ஈடுபட்டபோதுதான் இந்த பிரயாகைக்கு வந்து சேர்ந்தார் அக்பர். அப்போது கங்கையும் யமுனையும் ஒன்று கலக்கும் இந்த உன்னதத்தைக் கண்டு வியந்துபோனார். இங்கே ஒரு அரண்மனையைக் கட்டி, இதன் சுகத்தை அனுபவிக்க அவர் மனம் ஆவலுற்றது.

அவ்வாறு கோட்டை கட்டப்பட்டபோதுதான், அங்கே இருந்த இந்த அட்சயவட ஆலமரம் அதன் எல்லைக்குள் சிக்கிக் கொண்டது.

அப்படித்தான் இக்கோட்டைக்குள் அட்சயவடம் என்னும் ஆலமரம் அமைந்தது. இதன் வேர்ப் பகுதி பிரயாகையிலும், நடுப்பகுதி காசி விஸ்வநாதர் ஆலயத்திற்கு அருகிலும், நுனிப்பகுதி கயையிலும் உள்ளது. இவை அனைத்தும் ஒரே நேர்கோட்டில் அமைந்திருப்பது இன்னும் அதிகச் சிறப்பு வாய்ந்தது.

இத்தனை சிறப்புகள் அடங்கிய பிரயாகையைத் தனது தலைநகராக மாற்ற விரும்பினார் அக்பர். எனவே இந்த இடத்திற்கு ஒரு நல்ல பெயரைச் சூட்ட விரும்பினார்.

'அல்லாஹ் ஆபாத்'

'இலாஹி ஆபாத்'

இப்படி ஏதேதோ பெயர்கள் நினைவில் எழுந்தன. இவை அனைத்துமே இறைவனை மையமாகக் கொண்டவை. அதாவது,

'ஆண்டவன் குடிகொண்ட இடம்'

'ஆண்டவன் குடியேறிய இடம்'

இந்த இடம் புனிதமானது என்பதையும், இதனைப் பற்றிய புராணங்கள் தெரிவிக்கும் கருத்துக்களில் உண்மைகள் புதைந்து கிடப்பதையும் அவர் நம்பினார் என்பதே இதன் பொருள்.

'அல்லாஹ் ஆபாத்' என்கிற பெயரே மருவி இப்போது 'அலகாபாத்' என்று அழைக்கப்படுவதாகக் கருதப்படுகிறது.

அக்பருக்குப் பிறகு ஆட்சிப் பொறுப்பிற்கு வந்தவர்களுக்கு அங்கிருந்த ஆலமரம் இடைஞ்சலாக இருப்பதாகத் தோன்றியது. அதனை வெட்டி வீழ்த்த முடிவு செய்தார்கள். அப்படியே வெட்டியும் விட்டனர்.

ஆனால் அது என்ன சாதாரண ஆலமரமா? தெய்வ சக்தி நிரம்பியது அல்லவா!

மீண்டும் துளிர்த்தது.

இதைக்கண்டதும் ஆட்சியாளர்கள் கடுங்கோபம் அடைந்தனர். 'என்ன இந்த ஆலமரம்! வெட்டினாலும் வளர்கிறது! விடக்கூடாது. இதனை வளரவே விடக்கூடாது.'

தீர்க்கமாக முடிவெடுத்தனர்.

பெரிய பெரிய இரும்புக் கம்பிகளை எடுத்து அதனை நெருப்பில் நன்கு பழுக்கக் காய்ச்சினார்கள். பின்னர் அதனை மரம் வெட்டப்பட்ட இடத்தில் புதைத்து கருகிவிடுமாறு செய்தனர். அதையும் மீறி மரம் வளர்ந்து விடக்கூடாது என்பதற்காக அதில் கொதிக்கும் வெந்நீரையும் கொட்டினார்கள்.

இத்தனைக்கும் பிறகு மரம் இருந்த இடம் முற்றிலுமாகக் கருகி சிதைந்து சின்னாபின்னமாகி விட்டது.

ஒரே மகிழ்ச்சி ஆட்சியாளர்களுக்கு. ஒரு பெரிய கவலை நீங்கியது போன்ற திருப்தி.

ஆனால் என்னவொரு கொடுமை!

ஒரு மழை பெய்தது. அடுத்த நாளே அந்த இடத்தில்

மரம் மீண்டும் துளிர்த்தது.

இது அனைவரையும் ஆச்சரியத்தில் அடித்துப்போட்டது.

'சரி, இதற்கு மேலும் இந்த சக்திவாய்ந்த புனித ஆலமரத்தை அழித்துவிட நினைப்பது அறியாமை' என்று நினைத்து, அதற்கு இடைஞ்சல் செய்வதை நிறுத்திவிட்டு அதனை வளர அனுமதித்தனர்.

அந்த மரம்தான் இன்று மிகப் பெரியதாக வளர்ந்து கோட்டைக்கும் வெளியே படர்ந்து விரிந்து பக்தர்களால் பக்தியோடு வணங்கப்பட்டு புனிதப்பட்டு நிற்கிறது.

அட்சயவட ஆலமரத்தைச் சுற்றிலும் இரும்புக் கம்பிகளால் பாதுகாப்பு வளையம் அமைக்கப்பட்டு, இந்தப் புனித மரத்துக்கு சேதம் விளைவித்துவிடாமல் தடுப்பதற்காகப் பாதுகாப்பும் தற்போது உண்டு.

திரிவேணி சங்கமத்தில் புனித நீராடிவிட்டு படகில் திரும்புகிறபோது அக்பர் காலத்து கோட்டை மற்றும் அதனுள் வளர்ந்து நிற்கும் ஆலமரத்தையும் கண்டுகளிக்க முடிகிறது.

பரத்வாஜ் முனிவரின் ஆலோசனைப்படி சீதாதேவி வனவாசத்தின்போது இந்த ஆலமரத்தைத்தான் வணங்கியதாக இராமாயணம் தெரிவிக்கிறது. அதனை உறுதிப்படுத்துகிற விதமாக அட்சயவட ஆலமரத்தின் அருகே சயனகோலத்திலான அனுமனையும், நின்ற கோல அனுமனையும், இராமபிரான், லட்சுமணர், சீதாதேவி ஆகியோர் எழுந்தருளியுள்ள கோயில்களையும் தரிசிக்கலாம்.

கும்பமேளா

கும்பமேளாவின் புனிதத்தைப் பற்றிக் கவலைப்படாமல் அதனைக் கிண்டலடிப்பவர்களும் உண்டு. அவர்கள் நாத்திகவாதிகளாக இருக்கலாம், இந்து மதச் சடங்குகளின் மீது வெறுப்பு கொண்டவர்களாக இருக்கலாம், புராணங்களின் மீது நம்பிக்கையற்றவர்களாக இருக்கலாம்.

அவர்கள் மூன்று நதிகளின் சங்கமத்தைப் பற்றி வலுவான

ஒரு குற்றச்சாட்டை முன்வைக்கிறார்கள்.

'அதாவது கங்கை நதி கண்ணுக்குத் தெரிகிறது. யமுனை நதி கண்ணுக்குத் தெரிகிறது. ஆனால் சரஸ்வதி நதி என்று ஒன்றைச் சொல்கிறார்களே! அது எங்கே இருக்கிறது? இல்லாத ஒரு நதியை அவர்கள் இஷ்டத்திற்குக் கூறிக்கொண்டு மூன்று நதிகளின் சங்கமம் என்று கூச்சலிடுகிறார்கள்' என்று தங்கள் பக்கத்து வாதத்தை அடுக்குகின்றனர் இந்த அபவாதிகள்.

உண்மையிலேயே சரஸ்வதி என்றொரு நதி இருக்கிறதா, இல்லையா?

இது ஒரு மிகப் பெரிய ஆய்வுக்குரிய விஷயம். இந்த நதி இருப்பது அண்மையில் அகழ்வாய்வுகளின் மூலம் நிரூபணப் படுத்தப்பட்டுள்ளது.

சரஸ்வதி நதி கண்ணுக்குத் தெரியாமல் மறைந்து பாய்ந்து கொண்டிருக்கிறது என்பதைப் பெண்களின் கூந்தலோடு ஒப்பிட்டு உறுதிப்படுத்துகின்றனர்.

எப்படி?

ஒரு பெண் தன் கூந்தலை சடை பின்னி, அதில் பூ வைத்து அழகை இன்னும் அதிகப்படுத்துவது வழக்கம். சடை பின்னுகிற போது கூந்தலை மூன்றாகப் பிரித்து, அவற்றை இணைத்து பின்னலிடுவார்கள். அப்போதுதான் அழகான சடை அவர்களின் பின்பகுதி வரை நீண்டு, நடக்கிறபோது மனதை மயக்கி கிறக்கும்.

இவ்வாறு பின்னப்பட்ட சடையை நன்றாக உற்றுப் பார்த்தால், அதில் இரண்டு பிரிவுகள் மட்டுமே கண்களுக்குத் தெரியும். மூன்றாவது பிரிவு தெரியவே தெரியாது.

அது எங்கே போயிற்று?

அந்த சடையினுள்தான் அதுவும் அடங்கி இருக்கிறது. அந்த மூன்றாவது பிரிவு இல்லையென்றால் நிச்சயமாக சடை பின்னவே முடியாது. ஆனால் அது காணக்கிடைக்கவில்லை என்பது உண்மை. இது ஒரு ஆச்சரியமான நிஜமும் கூட.

இப்படித்தான் பிரயாகையில் மூன்று நதிகள் சங்கமிக்கின்றன. ஆனால் கண்ணுக்குத் தெரிவது கங்கையும் யமுனையும் மட்டுமே. சரஸ்வதி நதி மறைவாக இருந்து சங்கமத்தை நிறைவேற்றுகிறது.

இது சுவையான உதாரணம் என்பதோடு, சற்று சிந்திக்க வைக்கிற உதாரணமாகவும் இருக்கிறது என்பதுதான் உண்மை.

பன்னிரெண்டு ஆண்டுகளுக்கு ஒருமுறை நடைபெறும் கும்பமேளா சாதாரண பக்தர்களைக் காட்டிலும் மிகவும் புனிதத் திருவிழாவாகக் காணக் கிடப்பது சாதுக்களுக்குத்தான்.

கும்பமேளாவின்போது துறவிகளின் நீராடல், 'ஷாகி ஸ்னான்' என்று பெருமையுடன் அழைக்கப்படுகிறது. அதாவது சாதுக்களின் 'ராஜ குளியல்.'

ஆதிசங்கரர் தோற்றுவித்த துறவிகளின் அமைப்பான அகாடாக்களில், மரபின்படி முதலில் சைவ அகாடாக்கள் புனித நீராடுகின்றனர். மகா நிர்வாணி, அடல், நிரஞ்சனி மற்றும் ஆனந்தா அகாடாக்கள் இந்த வரிசைப்படி முதலில் நீராடுகின்றனர்.

பின்னர் வைணவ பிரிவைச் சேர்ந்த வைராகி அகாடாக்கள்

நீராடுகின்றனர். நிர்மோகி, திகம்பர், நிர்வாணி ஆகியோர் இந்தப் பிரிவைச் சேர்ந்தவர்கள்.

பின்னர் உதாசீன பிரிவு அகாடாக்கள். நயா பஞ்சாயதி, படா பஞ்சாயதி, நிர்மல் அகாடாக்கள் இந்தப் பிரிவைச் சேர்ந்தவர்களாகக் கருதப்படுகின்றனர்.

அப்புறம் ஜூனா, ஆவாகன், பஞ்சகிரி அகாடாக்கள் நீராடுகின்றனர்.

நீராடச் செல்வதற்காக இந்த அகாடா துறவிகள் செல்கிற போது தங்கள் அமைப்பின் தலைவரான மகாமண்டலேஸ்வரர் என்னும் மூத்த சாதுவின் தலைமையில், மேள தாளங்கள் முழங்க, யானை, குதிரை போன்றவற்றின் மீதும், நடந்துமாக ஆயிரக்கணக்கானோர் திரிவேணி சங்கமத்திற்குச் செல்வர்.

இவ்வாறு ஆசைகளை மட்டுமல்லாமல் ஆடைகளையும் துறந்து பிறந்த மேனியாக புனித நீராடச் செல்வதை இருமருங்கிலும் திரண்டிருந்து பக்தர்கள் சேவிப்பது வழக்கம்.

துறவிகள் நீராடிய பிறகே பக்தர்கள் கங்கையில் புனித நீராடி பாவம் போக்குகின்றனர்.

கும்பமேளா என்ற பெயர் வரக் காரணமும் உள்ளது.

‘கும்பா’ என்ற சமஸ்கிருத வார்த்தைக்குத் தமிழில் ‘கலசம்’ என்று பெயர். தமிழர்களும் ‘கும்பா’ என்ற வார்த்தையைப் பயன்படுத்தத்தான் செய்கின்றனர். நெல்லை மாவட்டத்தின் கிராமப் பகுதிகளில் சாதாரண மக்கள் ‘கும்பாவில் கஞ்சி குடித்தேன்’ என்று சர்வசாதாரணமாகச் சொல்வது வழக்கம்.

கைப்பிடி இல்லாத ஒருவகை மண்பானை இது. கும்ப ராசிக்காக இந்தப் பானை முன்னொரு காலத்தில் உருவாக்கப் பட்டதாகக் கூறுகின்றனர்.

‘மேளா’ என்றால் சந்தை என்று பொருள். பலர் கூடுகிற இடத்தில் கும்ப ராசிக்காரர்களுக்காக இந்த வகை பானைகள் விற்பனை செய்யப்பட்டு வந்ததாகவும், அதுவே பின்னர் ‘கும்பமேளா’ என்றாகிவிட்டதாகவும் கூறுகின்றனர்.

இது எந்த அளவிற்கு உண்மை என்பது தெரியவில்லை. என்றாலும் வழிவழியாக வழங்கிவரும் கதைகளை நாமும் பதிவு செய்து கொள்ள வேண்டும் அல்லவா!

'கும்பமேளா' என்பது ஹர்ஷவர்த்தனர் என்ற மன்னரின் ஆட்சிக் காலத்தில்தான் தொடங்கப்பட்டது என்று சீன யாத்ரீகர் யுவான்சுவாங் என்பவர் பதிவு செய்துள்ளார். இவர் கி.பி. 602 மற்றும் 664ஆம் ஆண்டுகளுக்கு இடைப்பட்ட காலத்தில் இந்தியாவில் யாத்திரை செய்தார்.

ஆனால் இவரது கூற்றை யோகிகளும், அகாடாக்களும் நிச்சயமாக மறுக்கின்றனர். அதற்கும் ஆயிரம் ஆண்டுகளுக்கு முன்பிருந்தே கும்பமேளா நடைபெற்று வருவதாக அவர்கள் உறுதிபடத் தெரிவிக்கின்றனர்.

பூர்ண கும்பமேளா 2013ஆம் ஆண்டு 40 நாட்கள் பிரயாகையில் வெகு உற்சாகமாகவும் பக்திப் பரவசமாகவும் நடைபெற்றது. தை மாதம் பௌர்ணமி தினத்தன்று பிரயாகையில் நீராடுவது மிகவும் புனிதமானது என்பதால் அன்று லட்சக்கணக்கானோர் அங்கு திரண்டனர்.

அன்றைய தினம் சாதுக்களும், பைராகிகளும் கலந்து கொண்டு கங்கையில் நீராடிய காட்சியைக் கண்டு பக்தர்கள் பரவசமடைந்தனர்.

ஸ்படிக நிறம் கொண்ட கங்கை, களங்கமில்லாத உருவம் படைத்தவள். சூரிய ஒளிபடுவதால் கறுப்பு நிறத்துடன் காட்சி அளித்தாள் யமுனை. சரஸ்வதியோ வெள்ளை மனம் படைத்தவள். இம்மூவரும் பிரயாகையில் அணிசேர்ந்து அதனைப் புனிதப்படுத்தியதாகவும், தேவர்களும், முனிவர்களும், ரிஷிகளும் இதனை 'திரிவேணி' என்று சொல்லிப் போற்றிப் புகழ்ந்ததாகவும் வரலாறு கூறுகிறது.

9

நாகா சாதுக்கள்

அகாடாக்கள் பிரிவில் நாகா சாதுக்கள் மிக முக்கியமான பிரிவாக அறியப்படுகிறது. வடமாநிலங்களில் மட்டுமே மிகப் பெரிய அளவில் பரவி இருப்பவர்கள் நாகா சாதுக்கள். நிர்வாண சாமியார்கள் என்று நம்மவர்கள் ஒருவிதமான அருவருப்புடன் கூறும் சாமியார்கள் இவர்களே.

சனாதன தர்மத்தைக் காப்பாற்றுவதற்காக ஆதிசங்கரரால் உருவாக்கப்பட்ட துறவிகளின் அமைப்பில் இவர்களும் இடம் பெற்றுள்ளனர்.

நாகா சாமியார்கள் துறவு பூண்ட பின்னர், துறவுக்கு முன்னதான தங்கள் வாழ்க்கையைப் பற்றி எவரிடமும் பகிர்ந்து

கொள்ள மாட்டார்கள். பகிர்ந்து கொள்ளக்கூடாது என்பது மரபு. எழுதப்படாத சட்டம்.

ஸ்ரீ திகம்பர சிவராஜ் கிரி என்ற நாகா சாதுவின் வாழ்க்கை தெரியவந்தது. இவரது தாத்தா இவரது யோக குருவாக இருந்தாராம். மந்திரம், ஹடயோகம் போன்றவை அனைத்தையும் இவருக்குக் கற்றுக் கொடுத்தாராம்.

பொதுவாக நான்கு வயதாகிவிட்டால் போதுமானது, ஒருவர் சன்னியாசத்திற்கு உகந்தவராக ஆகிவிடுகிறார். அவருக்குத் தீவிர யோகப் பயிற்சிகள் அளிக்கப்படுகின்றன.

48 நாட்கள் தொடர்ந்து கடினமான தியானம் செய்ய அப்போது வலியுறுத்தப்படுகிறார். அப்போது உணவு கண்டிப்பாக மறுக்கப்படுகிறது. நீராகாரம் மட்டுமே. உறக்கம் என்பதை சுத்தமாக மறந்துவிட வேண்டும். சிறிய துணி கூட அணியாமல் முழுநிர்வாணமாக இருப்பது முக்கியம்.

48 நாட்கள் நிறைவடைந்த பின்னர் புனித கங்கையில் நீராடி, ஏழு பிண்ட தானம் அளிக்க வேண்டும். ஒரு தானம் அவரது தந்தைக்கு. மற்றொன்று தாத்தாவிற்கு. மீதமுள்ளவை அவரது முன்னோர்களுக்கு என்பதுதான் ஐதீகம்.

இதுமட்டுமன்றி, சாதாரண மனிதர்களுக்கு உரித்தான காமம், குரோதம் போன்ற குணங்களைக் களைந்து, இறைவனை மட்டுமே வழிபடும் புதிய தனி நடைமுறைகள் அவருக்கு அளிக்கப்படும். இதன்பின்னரே அவர் நாகா சாதுவாக அங்கீகரிக்கப்படுகிறார்.

விதிப்படி இவர்கள் முழு நிர்வாண கோலத்திலேயே நடமாட வேண்டும் என்றாலும், தற்போதைய உலக நடைமுறைச் சூழல் காரணமாக, காடுகளில் திரிகிறபோதும், திரிவேணி சங்கமத்தில் நீராடுகிறபோதும், கும்பமேளாவின் போதும் மட்டுமே துணியைத் துறந்தவர்களாகக் காட்சி அளிக்கின்றனர்.

கங்கோத்ரி, கோமுக், வாரணாசி போன்ற இடங்களில் தங்குவதும், தியானம் செய்வதும் இவர்களது வழக்கம்.

10 ஆண்டுகளாக ஒற்றைக் காலில் தவம்

இவர்களில் பலரும் தொடர்ந்து இரண்டு நாட்களுக்கு உணவேதும் உட்கொள்ளாமல் இருப்பார்கள். மேலும் பெரும்பான்மையான நேரங்களில் தண்ணீர், தேநீர் ஆகியவற்றை மட்டுமே பருகுவது உண்டு.

இயல்பான மனித உணர்வுகளைக் கட்டுப்படுத்தி அடக்கவும், தீவிர தியானம் செய்யவும் 'பாஸ்' என்ற மரத்தின் இலையில் இருந்து தயாரிக்கப்படும் 'சரஸ்' என்ற ஒரு வகை வஸ்துவை பெரும்பாலான சாதுக்கள் புகைப்பதை வழக்கமாகக் கொண்டுள்ளனர்.

இமய மலையின் பனிக்காடுகளில் அலைந்து திரிந்து தியானம் இருப்பதும் உண்டு. அங்குள்ள பனியின் கடுமையான தாக்கத்தையும் பொருட்படுத்தாமல் நிர்வாணமாகவே தங்கள் ஆன்மீகத் தேடலைத் தொடர்வார்கள். அப்போது நெடுந்தூரம் நடக்க வேண்டும் என்பதால் அதற்கு ஏதுவாகப் பல நாட்கள் பட்டினி கிடப்பதும் உண்டு. அப்போதுதான் அவர்களால் தொடர்ந்து நடக்க முடியுமாம்.

யானை, புலி, கரடி போன்ற கொடிய மிருகங்கள் அங்கு அதிகம் காணப்படும். ஆனால் அவை இவர்களை எதுவுமே செய்வதில்லையாம். மாறாக இவர்களோடு நட்புறவோடு பழகுமாம்.

தை அமாவாசை போன்ற முக்கிய விசேஷ நாட்களில் தியானம் செய்து கங்கையில் நீராடுவது வழக்கம். அப்போது 'கங்கை தூய்மையாக வேண்டும்' என்று உளமாரப் பிரார்த்திக் கொண்டே நீராடுவார்களாம்.

இந்தியாவில் தற்போது சுமார் 7 லட்சம் நாகா சாதுக்கள் இருப்பதாகப் புள்ளிவிவரங்கள் தெரிவிக்கின்றன.

இவர்கள் கும்பமேளா காலங்களில் மட்டுமே கூட்டம் கூட்டமாக அணிவகுத்து வந்து புனித நீராடுவார்கள் என்பதல்ல. இவர்கள் ஆண்டுதோறும் குஜராத் மாநிலம் ஜூனாகத் என்னும் இடத்திலும் கூடுகின்றனர் என்பது புது தகவல்.

அங்குள்ள கிர்நார் மலை அடிவாரத்தில் சிவன் கோயில் ஒன்றுள்ளது. அங்குள்ள கிணற்றின் அருகே ஆண்டுதோறும் சிவராத்திரி நாளன்று சிறப்பு பூஜைகள் நடத்தப்படுகின்றன. அன்றைய நாளிலும் நாகா சாதுக்கள் நிர்வாண கோலத்தில் ஒன்று திரண்டு அணிவகுத்து வந்து இந்தக் கிணற்றில் புனித நீராடுவது வழக்கம்.

சாதுக்களின் புனித பூமிகளாகக் கருதப்படுவது ஹரித்துவார், பிரயாகை, காசி, ரிஷிகேஷ் மட்டுமல்லாமல் குஜராத் மாநிலத்தின் ஜூனாகத் என்ற இடமும் என்பது நிறைய பேருக்குத் தெரிந்திருக்கவில்லை.

ஆனால் ஆண்டுதோறும் அவர்கள் இங்கும் கூடுகின்றனர்.

பெண் நாகா சாமியார்கள்

நாகா சாமியார்களில் பெண்களும் இருக்கிறார்கள் என்பது ஆச்சரியத்தைத் தரும் உண்மைத் தகவல். இவர்கள் எண்ணிக்கை அளவில் மிகக் குறைவாக இருந்தபோதிலும், ஆண் நாகா சாமியார்களைப் போன்றே கடும் விரதம், யோகா, தியானம் போன்றவற்றில் ஈடுபட்டு வருகின்றனர்.

இவர்களை 'நாகா சாத்வி' என்று அழைக்கின்றனர். 'மாயி' என்றும் இவர்கள் அழைக்கப்படுகின்றனர்.

நேபாளத்தைச் சேர்ந்தவர்கள் சாத்விக்களில் அதிகமாகக் காணப்படுகின்றனர். கணவரின் தொல்லை தாங்காமலும், சிற்றன்னையின் கொடுமை தாங்காமலும் மாயிக்களாக இவர்கள் மாறியிருப்பதாகத் தெரிகிறது.

படித்த பெண்களும் சாத்விக்களாக இருப்பது இன்னும் அதிக ஆச்சரியம் தரும் உண்மை. இவர்கள் நன்கு ஆங்கிலம் பேசுகிறார்கள். குடும்பம், குழந்தைகள் என்று வசித்துவரும் இவர்கள், சாத்விக்களாகவும் இருந்து வருவது திகைப்பை அதிகரிக்கச் செய்கிறது.

இவ்வாறு படித்த பெண்கள் என்றில்லாமல் வெளிநாடுகளைச் சேர்ந்த, குறிப்பாக ஐரோப்பிய நாடுகளைச் சேர்ந்த பெண்கள் சிலரும் சாத்விக்களாக மாறி பவனி வருவது ஆச்சரியத்தை அளிக்கிறது.

பெண் நாகா சாமியார்களை, ஆண் நாகா சாமியார்கள் மிகவும் மரியாதையாக நடத்துகின்றனர். அவர்களைப் பெண் தெய்வங்களாகவே போற்றி வணங்கி வருகின்றனர்.

பிரயாகையில் 2013ஆம் ஆண்டு நடைபெற்ற கும்பமேளாவின்போது சாத்விக்கள் என்று அழைக்கப்படும் பெண் நாகா துறவிகள் முதன்முறையாக இதர அகாடாக்களுடன் கலந்து ஊர்வலமாக வந்து புனித நீராடியது லட்சக்கணக்கான பக்தர்களையும் பரவசப்படுத்தியது.

13 அகாடாக்களில் தற்போது 'ஜூனா சந்நியாசினி அகாடா' ('அகாடா' என்பதை ஆங்கிலத்தில் 'அகாரா' என்று சொல்கின்றனர்.) என்ற பெயரில் ஒரு புதிய பிரிவாகச் செயல்பட்டு வருகின்றனர்.

இவர்களுக்கு என்று தனியாகத் தலைவர் இருக்கிறார். இவர்கள் நீராடுவதற்காகத் தனியான இடம் ஒதுக்கப்பட்டுள்ளது. இதர சாதுக்களைப் போலவே இவர்கள் செயல்பட்டு வந்தாலும், தனி அங்கமாகவே செயல்பட்டு வருவது குறிப்பிடத்தக்கது.

ராதே

‘சாத்வி’க்களைப் பெண் தெய்வங்களாகக் கருதி பக்தர்கள் இவர்கள் பாதங்களைத் தொட்டு நமஸ்கரிப்பது புல்லரிப்பைத் தருகிறது.

முதல்முறையாக அலகாபாத்தில் 2013ஆம் ஆண்டைய மகா கும்பமேளாவின்போது திரிவேணி சங்கமத்தில் இவர்கள் புனித நீராடியது குறிப்பிடத்தக்கது.

சாத்விக்களைத் தலைமை தாங்கி நீராட அழைத்துச் சென்ற சந்நியாசினி ராதே மா என்பவர்.

இவரைப் பற்றிச் சிறிதளவு தெரிந்து கொள்வது அவசியம்.

ராதே மிகச் சரளமாக இந்தி பேசுகிறார். அதேபோல ஆங்கிலத்திலும் வெளுத்து வாங்குகிறார்.

ஆங்கிலத்தில் இவ்வாறு சரளமாகப் பேசுகிறார் என்றால் அவர் நிச்சயம் படித்தவராகத்தான் இருக்க வேண்டும்.

இது அனைவருக்குமே எழும் பொதுவான சந்தேகம்.

45 வயதான இவர் பஞ்சாப் மாநிலம் குருதாஸ்பூர் என்ற இடத்தைச் சேர்ந்தவர். இவரது இயற்பெயர் சுக்விந்தர் கவுர். இவரை கவுடியா என்றே அங்கு அழைப்பர்.

திருமணமானவர். இரண்டு பெண் குழந்தைகளும் உண்டு. ஆனால் கணவரின் குணநலன்கள் மோசமாக இருந்த காரணத்தால் அவரை விட்டுப் பிரிந்துவிட்டார்.

பட்டம் பெற்றவர். குழந்தைகளை நன்கு வளர்க்க வேண்டும். அதற்கு வருமானம் வேண்டும். எனவே பஞ்சாப்பில் இருந்து மும்பைக்கு இடம்பெயர்ந்தார் கவுடியா.

அங்கு விளம்பர ஏஜென்சி ஒன்றைத் தொடங்கினார். அதனைத் திறம்பட நிர்வகித்து சிறப்பாகப் பொருளீட்டவும் தொடங்கினார்.

பின்னர் ஒரு கட்டத்தில் நாகா சாது ஒருவரைச் சந்திக்க நேர்ந்தது. அப்போது அவர்களைப் பற்றி விரிவாக அறிந்து கொண்டார். நிர்வாணமாகத் திரிவதால் இவர்கள் பலரும் நம்புவதுபோல நாகரீகமற்ற காட்டுமிராண்டிகள் கிடையாது என்ற உண்மை அப்போதுதான் அவருக்குத் தெரியவந்தது.

இவர்கள் முற்றும் துறந்தவர்கள். இந்தப் பிறப்பின் முடிவில் கடவுளாகவே மாறும் உன்னதக் குறிக்கோளுடன் அதை நோக்கிப் பயணிக்கும் முற்றும் துறந்த முனிவர்கள் என்கிற உண்மையைப் புரிந்து கொண்டார்.

இந்துக்களும், இதரர்களும் இவர்களைப் பார்த்து அச்சப் படுவது அர்த்தமற்றது என்பதை உணர்ந்தார். சாதாரண மக்களின் பாவங்களைத் தாங்களே ஏற்றுக்கொள்ளும் பரந்த மனம் படைத்தவர்கள் இவர்கள் என்பதைப் புரிந்து கொண்டார்.

எனவே தானும் நாகா சாதுவாக, அதாவது சாத்வியாக மாற ஆசைப்பட்டார். அப்படியே மாறவும் செய்துவிட்டார்.

கும்பமேளாவில் ஜூனா அகாராக்களின் தலைவியாகச் செயல்பட்டு சாத்விக்களை ஒருங்கிணைத்து ஊர்வலமாக அழைத்துச் சென்று புனித நீராடினார்.

அப்போது இவர் தங்க நகைகள், வைரம் பதித்த நகைகள், விளம்பர ஏஜென்சி நடத்துபவர் ஆதலால், அதற்கேற்ப மேக்கப் எல்லாம் இவரிடம் காணப்பட்டன.

இவரது ஆடம்பரத் தோற்றம் மற்றும் பணக்காரத்தனம் போன்றவற்றோடு சாதுக்களின் ஊர்வலத்தில் இவர் கலந்து கொள்ள அகாராக்களின் பிற சாதுக்கள் (ஆண்கள்) கடுமையான எதிர்ப்பைத் தெரிவித்ததும் உண்டு. ஆனாலும் பெண் தெய்வமாகக் கருதப்பட்டதால், எதிர்ப்புகளை எளிதாக இவர் அடக்கிவிட்டார். பிரயாகையில் புனித நீராடி பாவங்களைக் களைந்தார்.

இந்தியாவில் கலாச்சாரத் திருவிழாக்கள் அதிகம். நம் தமிழகத்தில் பொங்கல் விழா, ஜல்லிக்கட்டு விழா உள்ளிட்டவை பாரம்பரியத்தை உணர்த்தும் விழாக்களாகப் போற்றப்பட்டு வருகின்றன.

இதுபோன்ற விழாக்களைக் கண்டுகளிக்க வெளிநாடுகளில் இருந்து சுற்றுலாப் பயணிகள் பலரும் குறிப்பிட்ட நாட்களில் இங்கு வருவது வழக்கம். அனைத்து ஊடகங்களின் கேமராக்களும் இந்தப் பகுதியின் மீது திரும்பி, உலகம் முழுவதும் அதனை படமிட்டுக் காட்டுவது பலகாலமாக நடைபெற்று வரும் நிகழ்வு.

இதேபோல, இன்னும் சொல்லப்போனால் இதைவிட பலமடங்கு சிறப்பு மிகுந்த விழாவாகக் கருதப்படுகிறது மகா கும்பமேளா உற்சவம்.

வட இந்திய இந்துக்கள் பலருக்கும் கடவுளாகவே நினைத்து வணங்கும் நாகா துறவியர்களை நேரில் சந்தித்து அவர்களின் ஆசியைப் பெற்றால் வாழ்வில் உயர்வு நிச்சயம் என்ற நம்பிக்கை உள்ளது.

பொதுவாக நமது ஊரில் அரசியல் தலைவர்களைப் பார்ப்பதற்கும், திரை நட்சத்திரங்களைக் காண்பதற்கும் தான் மக்களிடையே அதிக ஆர்வம் பொங்கி வழியும். அங்கேதான் கூட்டமும் லட்சக்கணக்கில் கூடும்.

ஆனால் சாமியார்களைப் பார்ப்பதற்கும், அவர்களின்

ஆசியைப் பெறுவதற்கும் லட்சக்கணக்கில் மக்கள் கூடுவது என்பது மகா கும்பமேளா உற்சவத்தின்போது மட்டுமே.

இதில் குறிப்பாக ஐரோப்பாவில் இருந்து ஏராளமானோர் இங்கு வந்து புனித நீராடுவதைக் கண்டு களிப்பது உண்டு. இந்த ஆண்டும் அப்படித்தான் நிறைய ஐரோப்பியர்கள் இங்கு வந்தனர்.

இவர்களில் சிலர் நாகா சாதுக்களாக தீட்சை பெறும் நோக்கத்திலும் வந்திருந்தது வியப்பிற்குரிய உண்மை. அதிலும் ஆண்களைப் போலவே ஐரோப்பிய பெண்கள் சிலரும் சாத்விக்களாக மாறும் விருப்பம் கொண்டு வந்திருந்தது ஆச்சரியம். ஆனால் அது உண்மை.

கொரின் லையர் என்பவர் பிரான்ஸ் நாட்டைச் சேர்ந்த பெண்மணி. 2004ஆம் ஆண்டில் இவர் நாகா சாதுவாக, அதாவது சாத்வியாகத் தீட்சை பெற்றார். அதன்பின்னர் இவர் பெயர் திவ்யா கிரி என்று மாற்றப்பட்டுவிட்டது.

இவருக்கு சாதுக்களுக்கே உரித்தான இயற்கை மருத்துவ முறைப் பயிற்சிகள் டெல்லியில் அளிக்கப்பட்டன. அதில் முழுமையான திறன் பெற்ற பின்னரே இவர் சாத்வியாக அங்கீகரிக்கப்பட்டார்.

இவர் கூறுகிறார்: "நாகா பெண் சாதுக்கள் தங்களுக்கு என்று சில விதிமுறைகளைக் கொண்டிருக்கிறார்கள். ஆனால் அது நாகா ஆண் சாதுக்களில் இருந்து வேறுபட்டதல்ல. அதனையொட்டியதாகவே அமைந்துள்ளது.

எங்கள் ஜூனா சந்நியாசினி அகாடாவில் நான்கில் ஒரு பகுதியினர் நேபாள நாட்டைச் சேர்ந்த பெண்களாகவே இருக்கின்றனர்.

நாங்கள் ஆண் நாகா சாதுக்களைப் போல நிர்வாண கோலத்தில் நடமாடுவதற்கு நாகா சாதுக்கள் எதிர்ப்பு தெரிவிக்கின்றனர். எனவேதான் நாங்கள் சிறிய அளவில் உடையணிந்து செல்ல வேண்டியுள்ளது. ஆனால் இது முழுமையான துறவு நிலைப்பாட்டிற்கு முற்றிலும் எதிரானது. எங்களையும் ஆண் சாதுக்களைப்போல முழுநிர்வாணத்தோடு

தியானித்து பெண் தெய்வமாக மாறிட அனுமதிக்க வேண்டும்" என்றார் கொரின் லையர் என்ற திவ்யா கிரி.

ஆனால் ஜூனா சந்நியாசினி அகாடாவின் பொதுச் செயலராகச் செயல்பட்டு வரும் ஹரி கிரி என்பவர், "சாத்விக்கள் ஆடையின்றி நடமாடுவதை ஒருபோதும் அனுமதிக்க முடியாது. ஏனென்றால் அது நமது நாட்டின் கலாச்சாரத்திற்கு முற்றிலும் எதிரானது'' என்று திட்டவட்டமாகக் கூறுகிறார்.

உஜ்ஜயினியில் புனித நீராடுவதும் சிறப்பானதாகக் கருதப்படுகிறது. 2004ஆம் ஆண்டு ஏப்ரல் மாதம் இங்குள்ள ஷிப்ரா நதியில் 'ஷாகி ஸ்னான்' என்னும் சாதுக்களின் புனித நீராடல் வெகு சிறப்பாக நடைபெற்றது. அப்போது நூற்றுக்கும் மேற்பட்ட நாகா சாத்விக்கள் பங்கேற்று புனித நீராடினர். மாயிக்கள் என்று அழைக்கப்படும் இவர்கள் நேபாளத்தில் இருந்து வந்திருந்தனர். பெரும்பாலும் இவர்கள் 40 வயதுக்கு மேற்பட்டவர்களாகவே இருந்தனர். ஒரு சிலர் மட்டுமே 20 வயதுக்கும் குறைவானவர்களாகக் காட்சியளித்தனர்.

டெல்லி வழியாக இந்தூர் வந்த இவர்களின் தலைவியாக இருந்தவர் மாயி ஹீரா கிரி. மாயி அகாராக்களுக்கு என்று தனியாகக் கூடாரம் ஒன்று அமைக்கப்பட்டது. அதில் சுவாமி படங்கள், திருவுருவங்கள் அமைக்கப்பட்டு அவற்றிற்கு பயபக்தியோடு பூஜைகள் நடத்தப்பட்டன.

இவர் தனது குடும்பப் பிரச்சனை காரணமாகவே சாத்வியாக மாறினார். இவரது தந்தைக்கு இரண்டு மனைவிகள். மூத்த மனைவிக்குப் பிறந்தவர்தான் ஹீரா கிரி. இவரது அன்னை இறந்த பின்னரே இரண்டாவது மணம் செய்து கொண்டார் இவர் தந்தை. சிற்றன்னையோ ஹீரா மீது பாசத்தைப் பொழியாமல் வசையைப் பொழிந்தார். ஒருநாள் இவரை வீட்டை விட்டே துரத்தியடித்தும் விட்டார்.

அழுது புலம்பிக் கொண்டே அங்குமிங்கும் அலைந்து திரிந்தவருக்கு உண்மையாகவே உதவ யாருமே முன்வரவில்லை. இப்படிப்பட்ட ஒரு நாளில் நாகா பாபா ஒருவரை இமயமலைப் பகுதியில் சந்திக்க நேர்ந்தது. அவரோடு பேசியபோது அதுஒரு உண்மையான இறை உலகம் என்பது தெரிந்தது அவருக்கு. எனவே சாத்வியாக மாறுவது ஒன்றே தனது பிரச்சனைகளுக்கு எல்லாம் ஒரே தீர்வாக இருக்கும் என்ற நம்பிக்கை பிறக்கவே, அவ்வாறே மாறிவிட்டார்.

இன்னொரு மாயி பெயர் சோனா. இவரும் நேபாளத்தைச் சேர்ந்தவர்தான். இவர் திருமணமானவர். ஆனால் இவர் கணவர் மோசமான நடத்தை உடையவர். இன்னொரு பெண்ணுடன் எப்போதும் சுற்றித் திரிவது இவருக்குத் தெரியவந்தது. அதுவே பெரும் பிரச்சனையானது. கணவரைத் திருத்த எவ்வளவோ முயற்சிகள் மேற்கொண்டும் அது பலனளிக்கவில்லை. வேறு வழியில்லாமல் வீட்டைவிட்டு வெளியேறிவிட்டார்.

அப்போதுதான் ஹீரா கிரியைச் சந்தித்தார். தனது கஷ்டங்களைப் பற்றித் தெரிவித்தார். பின்னர் மாயியாக மாற்றப்பட்டார்.

சாத்வியாக மாறிய பிறகு முழுநேரமும் இறை பணியை மேற்கொண்டு வருவதால் மனம் நிறைவாக இருப்பதாக இவர்கள் மகிழ்ச்சியுடன் கூறுகின்றனர்.

இவர்களிடமும் நாகா பாபாக்களைப் போலவே புகைக்கும் பழக்கம் இருக்கிறது. ஆனால் இந்தப் பழக்கத்திற்கு அடிமை கிடையாது என்றும், எப்போதாவது உச்சகட்ட மகிழ்ச்சியோடு இருக்கும்போது இவ்வாறு புகைப்பது உண்டு என்றும் அவர்கள் கூறுகின்றனர்.

புஷ்பாஞ்சலி கிரி என்னும் சாத்விக்கு தற்போது 35 வயதாகிறது. இவர் 14 வயதிலேயே சாத்வியாக மாறிவிட்டார்.

இவர் எவ்வாறு சாத்வியாக மாறினார்? அவரே அதைப் பற்றி சுவாரஸ்யமாகக் கூறுகிறார்.

"அப்போது எனக்கு பதினான்கு வயது. ஒரு பொருளை வீட்டில் இருந்து திருடிவிட்டேன். இதனைக் கண்டுபிடித்து விட்ட பெற்றோர் என்னை அடித்து நொறுக்கி விட்டார்கள். கோபம் வந்துவிட்டது எனக்கு. உடனடியாக வீட்டைவிட்டு வெளியேறிவிட்டேன்.

அடுத்து என்ன செய்வது என்று எதுவும் புரியவில்லை. திக்கற்றவர்களுக்குத் தெய்வம் தானே துணை! அங்குள்ள ஈஸ்வர் கோயிலை நோக்கி நடந்தேன். அங்கே எனது தோழியைச் சந்தித்தேன். விபரம் கூறினேன். அவள் ஆறுதல் படுத்த முனைந்தாள்.

எனக்கு கடவுள் பக்தி என்பது அப்போது சுத்தமாகக் கிடையாது. ஆனாலும் தோழியின் வற்புறுத்தலுக்கு இணங்க உள்ளே சென்றேன். அங்கு நாகா பாபா ஒருவர் பிரசங்கம் செய்து கொண்டிருந்தார். அவர் உடை எதுவும் அணியாமல் முழுக்க முழுக்க நிர்வாண கோலத்தில் இருந்தார். இந்து மதக் கோட்பாடுகளைப் பற்றியும், சிவபெருமானின் தெய்வீக சக்தியைப் பற்றியும் விவரமாகப் பேசினார்.

அந்த சாதுவின் பேச்சு என்னை வெகுவாகக் கவர்ந்தது. அவரைப் பின்பற்றி நாகா சாதுவாக மாறிவிடுவது என்று ஏனோ திடீரென்று ஒரு தீர்மானம் என்னுள் எழுந்தது.

உடனே என் தோழியிடம், "நான் இந்த சாதுவோடு செல்லப் போகிறேன். இனிமேல் ஒருபோதும் வீடு திரும்ப மாட்டேன்" என்று சொன்னேன். அதேபோல அந்த சாதுவைச்

சந்தித்து என்னையும் சாதுவாக ஏற்றுக்கொள்ளுமாறு கேட்டுக் கொண்டேன். அவ்வாறே சாதுக்களுடன் இணைந்து புனிதப் போரில் ஈடுபட்டு வருகிறேன்" என்றார்.

சாத்வியாக மாறிவிட்ட புஷ்பாஞ்சலியை அவரது பெற்றோர் சந்தித்து, துறவு நிலையை விட்டு மீண்டும் வீட்டிற்கு வருமாறு வேண்டினர். ஆனால் அவர் மறுத்துவிட்டார்.

இப்போது நாகா பெண் சாதுக்களுடன் சாதுவாக அவரும் இறை உலகை நோக்கித் தனது பயணத்தை நடத்தி வருகிறார்.

'பெண் சாதுக்கள் எண்ணிக்கையில் மிகக் குறைவாகவே இருக்கின்றனர். ஆண் சாதுக்களோ மிக அதிகம். பாபா சாதுக்களாலோ, பிற ஆண்களாலோ இவர்களின் பாதுகாப்பிற்கு பங்கம் வராதா?'

"சில நேரங்களில் குருவானவர் ஆணாக இருப்பதும் உண்டு. அவரோடு தங்குவதும், தியானிப்பதும் எந்தவிதமான ஆபத்தையும் ஏற்படுத்துவதில்லை. ஏனென்றால் அவர்கள் ஆண், பெண் என்ற அற்ப மனோநிலையைக் கடந்து இறை பயணம் மேற்கொண்டிருப்பவர்கள். இதுபோன்ற நிலைப்பாட்டால் நாங்கள் ஒரு பெண் என்பதாகவே அவர்கள் நினைப்பதில்லை. எங்களைப் பொருத்தமட்டில் ஆணோ, பெண்ணோ, சாதுக்கள் எல்லோருமே கடவுளின் அவதாரங்கள்" என்கிறார் அகல்யா கிரி என்ற சாத்வி.

நாகா சாதுக்கள் என்னும் நிர்வாண சாமியார்களுடன் இணைந்து பூஜை புனஸ்காரங்களில் ஈடுபடுகிறபோது, ஆண்-பெண் என்ற பேதம் அங்கே எழுவதே இல்லை என்கிறார் அகல்யா. இவர் அரசியலில் பட்டம் பெற்றவர். பின்னர் நர்சிங் கோர்ஸ் படிப்பை முடித்து, சுமார் பத்தாண்டு காலம் நர்சாகப் பணியாற்றியவர்.

இப்போது ஒரு நாகா சந்நியாசினி. இப்போது முழுநேரமும் சதா சர்வகாலமும் தியானத்திலேயே மூழ்கி இருக்கும் இவர், மற்ற நேரங்களில் மகிழ்ச்சியோடு சிரிப்பதும், ஜோக்கடிப்பது மாகக் காணப்படுகிறார். வாழ்க்கையை இப்போதுதான் இன்பமாக அனுபவிப்பதாகக் கூறிக்கொள்ளும் அகல்யா கிரி,

வெற்றியை நோக்கிப் பயணித்துக் கொண்டிருப்பதாகத் தனது கட்டை விரலை நிமிர்த்திக் காண்பிப்பது வியப்பைத் தருகிறது.

இத்தாலி நாட்டைச் சேர்ந்தவர் லிவோர்னோ. இவர் ஊனமுற்ற குழந்தைகளுக்கான பள்ளியில் ஆசிரியையாகப் பணியாற்றியவர்.

இப்போது இவர் ஒரு சாத்வி. மாற்றப்பட்ட பெயர் கௌரி கிரி. “சாதுவாக மாறிய பிறகு நானொரு பெண் என்பதையே மறந்து போய்விட்டேன். ஆத்மாவிற்கு இனவேறுபாடு கிடையாது என்ற உண்மை இப்போது எனக்குப் புரிகிறது” என்று மட்டற்ற மகிழ்ச்சியோடு கூறுகிறார்.

நிர்வாண சாதுக்கள் குவிந்திருக்கும் இடத்தில் இவரும் நிர்வாண கோலத்தில் அங்குமிங்கும் நடமாடுவதும், அவர்களோடு சரிசமமாக அமர்ந்து தேநீர், காபி அருந்துவதும் உண்டு.

மேலும் முழுமையான சமாதிநிலையில் அங்கே வெகு நேரம் அமர்ந்திருப்பதும் உண்டு.

“இவை அனைத்தும் புனிதமானவை. சாத்வியாக மாறிய பிறகு இதுபோன்ற தியானங்களால் நான் கடவுளின் அன்பைப் பெற்றவளாக உள்ளேன். இதனை என் அனுபவத்தின் மூலமாக நன்கு உணர்ந்துள்ளேன்” என்று உணர்ச்சி பொங்க மகிழ்ச்சி பிரவாகத்தில் வார்த்தைகளை வெளியே விடுகிறார் கௌரி கிரி.

“இத்தாலியில் மனஅமைதி கிடைக்கவில்லை. எப்போதும் மனஅழுத்தத்திலேயே இருந்தேன். இது என்னுடையது, இது உன்னுடையது என்ற எண்ணமே அங்கிருக்கும்போது என்னிடம் மேலோங்கி இருந்தது. என் மனோநிலை குறுகியதாக இருந்தது. ஆனால் இப்போது அது திறந்து கொண்டது. உண்மையை உணர்ந்து கொண்டேன். எனக்கென்று எதுவுமே இந்த உலகில் சொந்தம் கிடையாது. என் உடம்பே எனக்குச் சொந்தம் கிடையாது. நான் கடவுளைச் சரணடையப் போகிறேன். அதுமட்டுமே உண்மையானது” என்று மெய்மறந்து பேசுகிறார் இத்தாலி நாட்டில் இருந்து இந்தியா வந்து நாகா சாமியாராக மாறிவிட்ட அந்தப் பெண்மணி.

இவ்வாறாக பெண் நாகா சாமியார்களும் உலவி வருவது வடநாட்டில் காணப்படுகிற சாதாரண நிகழ்வாகவே இருக்கிறது.

பெண்களைப் பற்றி சாதுக்கள்

நாகா சாதுக்கள் பெண்களை பெண் தெய்வங்களாகவே மதிக்கின்ற மனோநிலை உடையவர்களாக இருக்கின்றனர். இந்திய கலாச்சாரம், பண்பாடுகளைப் பற்றி மிகமேலான கருத்து உடையவர்களாக இருக்கின்றனர். அதனை உயிரை விடவும் மேலாக மதிக்கின்றனர்.

முற்றும் துறந்த முனிவர்களாக இவர்கள் இருந்தபோதிலும் சாதாரண மக்களை, அதிலும் குறிப்பாகப் பெண்கள் போற்றப்பட வேண்டியவர்கள் என்ற கருத்தைத் தீவிரமாகக் கொண்டுள்ளனர்.

இவர்கள் பெண்களை எந்த அளவிற்கு மதிக்கின்றனர் என்பதற்கு அண்மைச் சம்பவம் ஒன்றை உதாரணமாகச் சொல்லலாம்.

டெல்லியில் மருத்துவக் கல்லூரி மாணவி ஒருவர் தனியார் பள்ளிப் பேருந்தில் சில கொடூரமான காமுகர்களால் பலவந்தமாகக் கற்பழிக்கப்பட்டு, பின்னர் தீவிர மருத்துவ சிகிச்சை அளித்தும் பலனில்லாமல் மரணமடைய நேரிட்ட சம்பவம் இந்தியா மட்டுமல்லாமல் உலகையே உலுக்கியது.

டெல்லியில் மாணவர்களும், சமூக அமைப்புகளும் தொடர்ந்து வீதியில் இறங்கிப் போராடி அந்தப் பெண்ணுக்கு நீதி கேட்ட நிகழ்வு மறக்கக்கூடிய ஒன்றே கிடையாது.

இச்சம்பவம் நடந்தபோது, அலகாபாத்தில் கும்பமேளா நிகழ்வுக்காக சாதுக்கள் திரண்டிருந்தனர். நிர்வாண கோலத்தில் இருந்த அவர்களிடம் பக்தர்கள் பலரும் பாதம் தொட்டு வணங்கிக் கொண்டிருந்த வேளையில், அவர்கள் நாட்டு நடப்பு, உலக நடப்பு போன்றவற்றை பத்திரிகைகள் மூலமாகப் படித்துத் தெரிந்து கொண்டிருந்தனர். பக்தி மார்க்கத்தின் மூலம் நாட்டின் கொடூரச் செயல்களுக்கு முற்றுப்புள்ளி வைக்க முடியும் என்பது அவர்களின் உறுதியான நம்பிக்கை.

டெல்லி மாணவிக்கு நேர்ந்த கொடிய சம்பவம் ஷ்யாமானந்த் சரஸ்வதி என்னும் நாகா சாமியாரைப் பதறச் செய்தது. விருந்தாவன் பகுதியைச் சேர்ந்த இவர், தனது ஏழாவது வயது முதல் நாகா சாதுவாக மாறியவர். சுமார் 40 ஆண்டு காலமாக தீவிர யோகா பயிற்சி செய்து வருகிறார். இவர் ஜூனா அகாடா மடத்தைச் சேர்ந்த சாது.

இந்தச் சம்பவத்தைப் பற்றிக் கேள்விப்பட்ட இவர், "பெண்களைப் பாலியல் போகப் பொருளாக மட்டுமே ஆண்கள் கருதுவது மிக மோசமான செயல்பாடு. பெண்களை மதிக்கும் அறிவும் புத்தியும் ஆண்களுக்கு வரவேண்டும். இதனை வலியுறுத்தியும், பரிதாபமாகச் சாவைச் சந்தித்த மாணவிக்கு இரங்கல் தெரிவிக்கும் விதமாகவும் உயிருடன் சமாதி அடையப் போகிறேன்" என்று அனைவரையும் அதிர்ச்சி அடையச் செய்யும் அறிவிப்பை வெளியிட்டார்.

இதற்காக கங்கை நதிக்கரையில் ஆறடி ஆழத்தில் குழி ஒன்று தோண்டப்பட்டது. குறிப்பிட்ட நாளன்று அந்தப் பகுதியில் சாதுக்களும், வேத பண்டிதர்களும் பெருமளவில் கூடி மந்திரங்களை ஓதத் தொடங்கினர். ஷ்யாமானந்த் சுவாமி குழிக்குள் இறங்கி உயிருடன் சமாதி அடையப் போவதைப் பார்க்க பதைபதைப்புடன் அங்கே பெருமளவில் பக்தர்களும் திரண்டுவிட்டனர்.

உணவு, தண்ணீர் இல்லாமல் ஒன்பது நாட்கள் அக்குழியில் இறங்கி முழுமையான தியானத்தில் ஆழ்ந்திருந்து, அதன் பின்னர் சமாதி அடைவது என்பது அவரது திட்டம். அதனை வெளிப்படையாகவும் தெரிவித்துவிட்டார்.

ஆனால் கும்பமேளா நிர்வாகத்தினர், நாகா பாபாவின் இந்தச் செயல் நிறைவேறாமல் தடுப்பதற்காக காவல்துறையின் உதவியோடு சரியான நேரத்திற்கு அங்கு விரைந்து வந்து ஷ்யாமானந்த் சுவாமியைத் தடுத்து நிறுத்தினர்.

இந்த அளவிற்கு பெண்களைப் பற்றிய உயர்வான அபிப்பிராயம் கொண்டவர்களாகத் திகழ்கின்றனர் நாகா சாதுக்கள் என்பதுதான் இந்த அண்மையச் சம்பவம் நமக்கு உணர்த்துகிறது.

10

காபாலிகர்களும் காளாமுகர்களும்

அகோரிகள் காபாலிகர்களின் வாரிசுகள் என்றொரு பேச்சு உண்டு. காபாலிகர்கள் கி.பி. 6ஆம் நூற்றாண்டில் பரவலாக இந்தியாவில் இருந்துள்ளனர். இவர்களும் அகோரிகளைப் போலவே நரமாமிசம் உண்பவர்களாக இருந்தார்கள் என்றாலும் இருவருக்கும் இடையே ஒரேயொரு வித்தியாசம் இருந்ததாகக் கூறப்படுகிறது.

அதாவது நரபலி கொடுப்பதில் கைதேர்ந்தவர்களாக விளங்கினர் காபாலிகர்கள். ஆனால் அகோரிகள் அதனைச் செய்வதில்லை.

காபாலிகர்களைப் பற்றி வரலாறு என்ன கூறுகிறது என்பதைச் சற்றே எட்டிப் பார்த்துத் தெரிந்து கொள்வோம்.

சிவனைத் தான் இவர்கள் வழிபட்டு வந்தனர்.

ஆரம்ப காலத்தில் இந்துக்கள் ருத்ரனை வழிபட்டு வந்தனர்.

இதனை இரு வகையாகப் பிரிக்கலாம்.

1) புராண காலத்து சிவ வழிபாடு

2) புராணத்தில் இல்லாத சிவ வழிபாடு.

புராண காலத்து சிவ வழிபாடு இன்றும் இந்துக்களிடையே பரவலாகப் பரவிக்கிடக்கிறது. இதற்கு சிவ ஆலயங்களே அத்தாட்சி. சிவனைப் பற்றிய புராணக் கதைகள் ஏராளம் இன்றும் மக்களிடையே பேசப்பட்டு வருவது ஆச்சரியம் தரும் சிறப்பு.

புராணங்களில் குறிக்கப்படாத சிவ வழிபாடு என்பதுதான் இன்று பல பிரிவுகளாகப் பிரிந்து நிற்கிறது.

தொடக்கத்தில் இது மந்திர மார்க்கம் மற்றும் ஆகி மார்க்கம் என்று இரண்டாகப் பிரிந்தது.

ஆதி மார்க்கமானது பின்னர் பாசுபத சைவம் என்று மருவி, அதன்பிறகு லகுலா என்று அழைக்கப்பட்டது. இதனையடுத்து காளமுகா என்று மாறிப்போன இந்த மார்க்கம் பின்னர் லிங்காயர் என்று மாறியதாக ஒரு ஆய்வு கூறுகிறது.

இதேபோல மந்திர மார்க்கமானது பல பிரிவுகளாகப் பிரிந்தது என்றும் கூறப்படுகிறது.

தாந்தரீக முறையைப் பின்பற்றி காபாலிக முறை தோன்றியதாகவும், அது பின்னர் கவுலா, திரிகா என்றும், அகோரி என்றும் பிரிந்ததாகவும் தெரிகிறது.

மந்திர மார்க்கத்தில் தோன்றிய இன்னொரு முறைதான் சைவ சித்தாந்தம். இது பிறகு தமிழ் சைவ சித்தாந்தம் என்றும் மாறியதாக ஆய்வாளர்கள் கருதுகின்றனர்.

ஆக, அகோரிகளின் மூதாதையர்களாகக் கருதப்படும் காபாலிகர்கள், சைவ மரபிலிருந்து வந்தவர்களே என்பது தெளிவாகத் தெரிகிறது.

சைவ மரபானது பைரவா தந்திரா என்று பிரிந்ததாகவும், அதன் உட்பிரிவாக கவுலா தந்திரா இருந்ததாகவும் கூறப்படுகிறது.

பைரவா தந்திர வழிபாட்டில் ஈடுபட்ட இவர்கள் கபாலம் என்னும் மனித மண்டையோட்டைக் கைகளில் தாங்கியவாறு அதில் பிச்சை எடுத்து உண்டு வாழ்ந்தவர்கள். கபாலத்தையே தங்கள் கழுத்தில் மாலையாகவும் அணிந்து கொண்டிருந்த இவர்கள், சுடுகாட்டில் பிணத்தை எரித்த சாம்பலை உடம்பு முழுவதும் பூசிக்கொண்டு திரிந்தார்கள்.

இவர்களை 'காபாலிகர்கள்' என்றும், 'கபாலிகர்கள்' என்றும் அழைத்துவந்தனர்.

இவர்கள் கடவுளை வழிபட்ட முறை மிகவும் கடினமானதாக இருந்தது. இரத்தம், இறைச்சி, மது மற்றும் விந்து போன்றவற்றை இறைவனுக்குப் படைத்து வழிபடும் முறையை இவர்கள் கடைப்பிடித்து வந்தனர். ஆடம்பரமான அழுக்குகள் நிரம்பிய வேத முறைகளுக்கு முற்றிலும் புறம்பான ஒரு புதிய வழிபாட்டு முறையைக் கடைப்பிடித்தனர். இதனால் சைவ சித்தாந்த முறையிலான வழிபாட்டில் தீவிர நம்பிக்கை கொண்டிருந்த பிராமணர்கள், கபாலிகர்களை வெறுத்தனர்.

தெய்வ சக்திகளை வரவழைத்து தங்கள் சக்தியை வலிமையாக்கிக் கொள்வதே இவர்களது நோக்கமாக அமைந்திருந்தது. தெய்வ சக்தி என்பது குறிப்பாக இவர்கள் பெண் தெய்வங்களின் சக்தியை வரவழைப்பதிலேயே அதிக விருப்பம் உள்ளவர்களாகத் திகழ்ந்தனர்.

கி.பி. 3 லிருந்து 5 வரையிலான ஆண்டுகளில் கபாலிகர்கள் தோன்றியிருக்கக்கூடும் என்பதை 'ஹாலாஸ் பிரகிரித் கவிதை' என்னும் வடமொழி இலக்கியத்தில் இருந்து தெரிந்து கொள்ள முடிகிறது. அதன் பாடலானது இளம் பெண் ஒருவரைப் பற்றி அமைந்துள்ளது. அந்தப் பெண் தனது இறந்துபோன

காதலனின் உடலை எரியூட்டிய இடத்தில் இருந்து சாம்பலை அள்ளி உடம்பு முழுவதும் பூசி தன்னை அழுக்காக்கிக் கொண்டதாக அந்தப் பாடல் கூறுகிறது.

எனினும் கி.பி. 500 முதல் 575 ஆம் ஆண்டுகளில்தான் கபாலிகர்கள் தோன்றியிருக்கக்கூடும் என்றும் வரலாற்று ஆய்வாளர்கள் கருதுகின்றனர். இக்காலக்கட்டத்தில்தான் கபாலிகர்கள் கூட்டமாக ஒன்று திரண்டு தங்களின் வழிபாட்டு முறைகளை நடத்தியதாக நம்பப்படுகிறது.

தங்களது கழுத்தில் அழகுமிகு அணிகலன்களாக அவர்கள் அணிந்து கொண்டது மனித மண்டையோட்டினாலான மாலை. தங்களது உணவாக அவர்கள் உட்கொண்டது இறந்த மனிதர்களின் மூளைகள். காபாலிகர்கள் ஈஸ்வரனை இன்னொரு வழியாகப் பார்த்து வணங்கி வந்தனர். அவர்களது வழிபாட்டில் முக்கியமாக யோகா கலையைக் கொண்டிருந்தனர்.

மனிதர்களின் மூளை, எலும்பு மற்றும் குடல் ஆகியவற்றை தானமாகப் பெற்று வந்தனர். பிராமணர்களின் மண்டையோட்டில் 'சுரா' என்னும் ஒருவகை மதுவினை ஊற்றி அதனை அருந்துவது அவர்களது வழக்கமாக இருந்தது.

அவர்களது முக்கியக் கடவுளாக வணங்கப்பட்ட மகா பைரவருக்கு மனிதர்களின் கழுத்துப் பகுதியை வெட்டி, அந்த இரத்தத்தால் அபிஷேகங்கள் செய்து பூஜிப்பது இவர்களது முறையாக இருந்தது. இவ்வாறு நரபலி கொடுத்து வந்தவர்கள் கபாலிகர்கள் என்று கூறப்படுகிறது.

இடதுசாரி பாதையைக் கடைப்பிடித்தவர்களாகக் கருதப்பட்ட கபாலிகர்கள் பெரும்பாலும் சுடுகாட்டிற்கு அருகே குடிசை அமைத்து வாழ்ந்து வந்தனர். சுடுகாட்டிற்குச் செல்லும் வழியில் மரத்தடியில் அமர்ந்து பிச்சை எடுப்பதையும் இவர்கள் வழக்கமாகக் கொண்டிருந்தனர். பிராமணர்களை நரபலி கொடுப்பதை மட்டுமே தங்களின் முக்கிய நோக்கமாகக் கொண்டிருந்த காரணத்தால், இவர்கள் மீது மக்களுக்குப் பெருமளவில் அச்சம் இருந்துவந்தது.

இவர்கள் நாய் அல்லது கழுதையின் தோலை மட்டுமே ஆடையாக அணிந்து கொண்டு திரிந்தனர்.

கபாலிகர்கள் தென்இந்தியாவில் காளாமுகர்கள் என்ற பெயரில் அழைக்கப்பட்டு வந்தனர். அதாவது கறுப்பு முகங்களைக் கொண்டவர்கள் என்று அர்த்தம்.

சாக்தம் என்னும் மதத்தில் காபாலிகம் என்னும் பிரிவைச் சேர்ந்தவர்கள் என்று கூறப்படுகிற இவர்கள் நரபலி மட்டுமல்லாமல், தன்னுறுப்பினை நீக்குவது, மந்திர தந்திரங்களைச் செயல்படுத்துவது போன்றவற்றில் அதிக நம்பிக்கை கொண்டவர்களாகக் காணப்பட்டனர்.

காளி என்னும் பெண் தெய்வத்தை மட்டுமல்லாமல், சிவனின் மற்றொரு அவதாரமாகக் கருதப்படும் பைரவரையும் இவர்கள் வழிபட்டு வந்தனர். பிற்காலச் சோழர்கள் காலத்தில் இவர்கள் காட்டுப் பகுதிகளில் அதிகளவில் வாழ்ந்து வந்தனர்.

திடகாத்திரமான உடலமைப்பைக் கொண்டிருந்த காளாமுகர்கள், கையில் எப்போதும் மந்திரக் கோலுடன் காணப்பட்டனர்.

பிராமண குலத்தைச் சேர்ந்தவர்களை மட்டுமல்லாமல் அரச வம்சத்தைச் சேர்ந்தவர்களை நரபலி கொடுப்பதன் மூலம்

மிகப் பெரிய சக்திகளைப் பெற முடியும் என்ற நம்பிக்கையைக் கொண்டிருந்தனர். இவ்வாறு பலியிடுவதற்காக பலிபீடம் ஒன்றை நிரந்தரமாக அமைத்திருந்த இவர்கள், பலியிட மனிதர்களைப் பிடிப்பதற்காகத் தனியே ஆயுதங்களையும் வைத்திருந்தனர்.

தற்காலத்தில் காளாமுகர்கள் காணாமல் போய்விட்ட போதிலும், அவர்கள் வேறு வகையில் உருமாறி இருக்கின்றனர். அதாவது தென்இந்தியாவில், அதிலும் குறிப்பாகத் தமிழகத்தில், பெண் தெய்வமான அங்காளபரமேஸ்வரியை இவர்கள் வணங்கி வருகின்றனர். ஆண்டுதோறும் மயானக் கொல்லை என்னும் விழா தற்போதும் தமிழகத்தில் கோலாகலமாக இக்கோயில்களில் நடைபெற்று வருவது குறிப்பிடத்தக்கது.

அதேபோல ஆண்தெய்வங்களான இருளப்பசாமி, சுடலைமாடனையும் இவர்களது வழிவந்தவர்கள் தற்போதும் வழிபட்டு வருகின்றனர். இவர்களும் முக்கிய விழாக்களின் போது பலியிடுவதும், சுடுகாட்டுப் பூஜைகள் நடத்துவதும் நடந்துகொண்டுதான் இருக்கின்றன.

சைவ வழிபாட்டு முறைகள், அதாவது பாசுபத பிரிவில் வந்த காளாமுகர்களின் வம்சாவழியினராக இவர்கள் விளங்கவில்லை என்ற போதிலும், அவர்களது வழிபாட்டு முறைகளில் சிலவற்றைத் தொடர்ந்து இவர்கள் செய்து வருவது குறிப்பிடத்தக்கது.

மருத்துவத்தில் சிறந்தவர்கள் காபாலிகர்கள்

கிறிஸ்து பிறப்பதற்கு 200 ஆண்டுகளுக்கு முன்னர் காஷ்மீரை மையமாகக் கொண்டு அசோகன் என்னும் மன்னன் ஆட்சி செய்து வந்தான். இவன் ஜைன மதத்தைச் சார்ந்தவன்.

ஆனாலும் இவனது ஆட்சிக் காலத்தில் ஜைன மதத்தை விட சைவமே தழைத்தோங்கி இருந்தது. இமயமலை மற்றும் அதன் சுற்றுப்பகுதியைச் சேர்ந்தவர்கள் சிவபெருமானையே வழிபட்டு வந்தனர். இதன்காரணமாக மந்திர, தந்திர, யந்திர வழிபாடுகள் வலுப்பெற்றிருந்தன.

இதன் தாக்கம் சீனா, திபெத், நேபாளம், காஷ்மீரம், ஆப்கானிஸ்தான், உஸ்பெகிஸ்தான், கஜகிஸ்தான், துர்க்மேனிஸ்தான் என்பன உள்ளிட்ட பல்வேறு நாடுகளில் அதிகமாக இருந்துள்ளன. தற்காலத்தில் அப்பகுதிகளில் சிவலிங்கங்கள் ஏராளமாகக் கிடைத்துள்ளது இதற்குச் சான்றாக அமைகின்றன. குறிப்பாக மூன்று முகம், நான்கு முகம் கொண்ட லிங்கங்கள் அதிகமாகக் கிடைக்கப் பெற்ற காரணத்தால் மந்திர, தந்திர, யந்திர வழிபாடுகள் இங்கெல்லாம் இருந்திருக்கின்றன என்பது புலப்படுகிறது.

இதுபோன்ற வழிபாடுகள் மருத்துவ முறைகளிலும் நுழைந்து மிகப் பெரிய மருத்துவ முன்னேற்றங்கள் அந்தக் காலக்கட்டத்திலேயே நடைபெற்றிருக்கின்றன என்பது ஆச்சரியம் தரும் உண்மை.

காபாலிகர்கள் மருத்துவ வல்லுநர்களாகவும் விளங்கியது பல்வேறு ஆய்வுகள் மூலம் கண்டறியப்பட்டுள்ளன. அறுவை சிகிச்சை செய்வதில் அப்போதே கைதேர்ந்தவர்களாக அவர்கள் இருந்துள்ளனர்.

ஹாரப்பா, காலிபங்கன், காஷ்மீர் போன்ற இடங்களில் நடைபெற்ற அகழ்வாராய்ச்சிகளில், கி.மு. 2,000 முதல் 4,000 ஆண்டுகளுக்கு இடைப்பட்ட காலத்தைச் சேர்ந்த மண்டையோடுகள் கிடைக்கப்பெற்றன. மிக நுண்ணிய கடைசல் ஊசிகளால் போடப்பட்ட துளைகள் அவற்றில் காணப்பட்டன. அதாவது மூளை அறுவை சிகிச்சை மேற்கொள்ளப்பட்டதாகத் தெரிகிறது.

அதாவது காபாலிகர்கள் என்று அழைக்கப்பட்டவர்கள் சித்தி புத்தி கலைகளில் வல்லவர்கள் என்பது அறியப்படுகிறது. இவர்கள் மனபாதிப்புக்கு உள்ளானவர்களுக்கு தலையில் அறுவை சிகிச்சை அளிப்பதன் மூலமாக, அதாவது தற்போது அக்குபங்சர் என்று குறிப்பிடப்படும் மருத்துவ முறைகள் மூலமாக நுண்துளைகள் இட்டு நோயைக் குணமாக்கி இருக்கக் கூடும் என்று அறியப்படுகிறது.

அசோகர் காலத்தில் மிருகங்களுக்கு வைத்தியசாலைகள் அமைத்ததாகக் கல்வெட்டுகள் மூலம் தெரியவருகிறது.

ஆக, வைத்தியசாலைகள் என்னும் மருத்துவமனைகள் நிச்சயமாக பல ஆயிரம் ஆண்டுகளுக்கு முன்னரே அமைக்கப்பட்டிருக்க வேண்டும். அப்படியானால் காபாலிகர்கள் மருத்துவமனைகளை ஏற்படுத்தி சிகிச்சைகள் அளித்திருக்கக் கூடும் என்று கருதப்படுகிறது.

இந்த வகையான ஆய்வுகள் இதுவரை உறுதிப்படுத்தப் படவோ, தெளிவுபடுத்தப்படவோ இல்லை என்பதால் காபாலிகர்கள் நரபலி கொடுப்பவர்கள் என்பதே இன்றுவரை பரவலாக நம்பப்பட்டு வருகிறது.

கி.பி. 13ஆம் நூற்றாண்டுகளுக்குப் பிறகு இவர்களின் நடவடிக்கைகள் அரசியல் மாற்றங்கள், ஆட்சி மாற்றங்கள், பொதுமக்கள் எதிர்ப்பு போன்ற பல்வேறு காரணங்களை அடுத்து மெல்ல மெல்ல தேய்ந்து போனதாகத் தெரிகிறது. பின்னர் சில ஆண்டுகளில் காபாலிகர்கள் மற்றும் காளாமுகர்கள் எண்ணிக்கை வெகுவாகக் குறைந்து போய், தற்போது சுத்தமாக மறைந்தே போய்விட்டது.

ஆனால் தற்போது அவர்கள் ‘அகோரிகள்’ என்ற பெயருடன் வசித்து வருகின்றனர். ஆனால் நரபலி என்பதைச் சுத்தமாகக் கைவிட்டுவிட்ட இவர்கள், நர மாமிசம் உண்பதை மட்டும் நிறுத்தாமல் தொடர்ந்து வருகின்றனர்.

11

அகோரியின் அகோரம்

அகோரிகளைப் பற்றி எவ்வளவோ தெரிந்து கொண்டாலும் இன்னும் புதிதாக ஏதாவது தகவல்கள் கிடைக்காதா, தெரிந்து கொள்ள மாட்டோமா என்ற ஆர்வம் அனைவரின் உள்ளத்திலும் எழுவது இயல்புதான்.

இந்தக் குறையை 'சுவபோதா' என்னும் அகோரி ஒருவர் ஓரளவுக்குத் தீர்த்து வைக்கிறார். அகோரிகளில் முக்கிய இடத்தில் இருப்பவர் அகோரி விமலானந்தா. மும்பையில் மிகச் சாதாரண குடியிருப்பில் வந்த இவர்தான் சுவபோதா சுவாமிகளின் குரு.

சுவபோதா சுவாமிகளின் முழுப்பெயர் என்ன தெரியுமா?

ராபர்ட் இ. சுவபோதா.

இதனை ஜீரணிப்பது கஷ்டமாக இருந்தாலும் வேறு வழி கிடையாது. ஏனென்றால் இது முழுக்க முழுக்க உண்மை.

இவரும் மும்பையைச் சேர்ந்தவர்.

இறைவனடியார்களில் இருவேறுவிதமான வழிபாட்டு முறைகள் உண்டு என்பதைப் பற்றி ஏற்கெனவே படித்தோம்.

அதாவது,

1) வலது சாரிகள்

2) இடது சாரிகள்

வலது சாரிகள் என்பவர்கள் அமைதியும் சாத்வீகமும் கொண்டவர்களாக இருப்பார்கள். இவர்கள் பக்தி யோகம், கர்ம யோகம், ராஜ யோகம் போன்றவற்றை விலாவாரியாக அறிந்து வைத்திருந்து மத ஒழுக்கத்தைப் பேணிக் காப்பதில் அதிக சிரத்தை காண்பிப்பார்கள்.

இடது சாரிகள், இதற்கு நேர்மாறானவர்கள். வேதம் மற்றும் தாந்தீரிகத்தில் அதிக ஈடுபாடு உடையவர்களாக இருப்பார்கள். தங்களையே கடவுளின் வடிவாக நினைக்கும் ரக்தி உள்ளவர்கள். இவர்களது செயல்பாடுகள் விசித்திரம், வியப்பு, ஆச்சரியம், பயங்கரம் போன்றவைகள் நிறைந்ததாக இருக்கும். குண்டலினி யோகக் கலையில் நிபுணத்துவம் பெற்றவர்களாக இருப்பார்கள்.

இப்போது சுவபோதா எவ்வாறு ஒரு அகோரியாக உருவாக்கப்பட்டார் என்பதைப் பார்க்கலாம். இதனை அவரே விலாவாரியாக விவரித்துள்ளார். அதனைத்தான் நாம் இப்போது நமது எழுத்து வடிவில் பார்க்கப் போகிறோம்.

ஒருமுறை கல்லூரியில் முதலாமாண்டு பயின்று கொண்டிருந்தபோது நண்பர்களுடன் காசிக்கு சுற்றுலா சென்றனர். அப்போது சுவபோதாவிற்கு இரண்டு அகோரிகள் அறிமுகம் கிடைத்தது.

1) பாஸ்கரானந்தா சரஸ்வதி சுவாமிகள்.

2) தைலங்கா சுவாமி

தைலங்கா சுவாமியைப் பற்றி ஏற்கெனவே நாம் பார்த்திருக்கிறோம். எனவே சுமார் 300 பவுண்ட் எடையும், 370 வயது வரை வாழ்ந்தவருமான இந்த சக்திவாய்ந்த அகோரி சுவாமியைப் பற்றி இன்னும் அதிகம் சொல்ல எதுவும் இல்லை.

ஆனால் சுவபோதாவிற்கு உள்ளது.

ஆம், மும்பை திரும்பிய பின்னர் ஒருநாள் இவரது கனவில் வந்த தைலங்கா சுவாமி, உடனடியாக காசிக்கு வருமாறு பணித்தார்.

இது ஆச்சரியத்தை அளித்தாலும் அவரது ஆணையை மீற முடியாமல் அவ்வாறே காசி சென்றார்.

அப்போது நண்பர்களுடன் அங்கே ஜினா சந்திர சூரி என்ற 70 வயதுக் கிழவரைச் சந்திக்க நேர்ந்தது. இதற்காகத்தான் இவரை தைலங்கா இங்கு வரவழைத்தாரா என்பது தெரியவில்லை. ஆனால் அப்படித்தான் இருக்க வேண்டும் என்பதை மறுப்பதற்கும் இல்லை.

இவருடனான சந்திப்பு சுவபோதாவை வாழ்வின் மற்றொரு அத்யாயத்திற்கு இட்டுச் செல்லும் என்பது அப்போது அவருக்குத் தெரியாது. ஆனால் நிச்சயமாக சூரிக்குத் தெரிந்திருக்க வேண்டும்.

தனது குடிலில் தங்கி யோகக் கலை உள்ளிட்ட பல்வேறு கலைகளைக் கற்பிக்க வேண்டும் என்று சூரி கேட்டுக் கொண்டதை ஏனோ சுவபோதாவினால் மறுக்க முடியவில்லை. அவ்வாறே அவருடன் சுமார் 3 ஆண்டுகள் வரை தங்கியிருந்து மந்திரங்களைக் கற்றார். யந்திரங்களை எவ்வாறு தயாரிப்பது என்பதை விவரமாகக் கற்றுக் கொண்டார்.

அப்போது ஒருநாள் இவரது ஜாதகத்தைக் கொண்டு வருமாறு சூரி கேட்டுக் கொள்ளவே அப்படியே கொண்டு வந்து கொடுத்தார். அதனைப்படித்துப் பார்த்த பிறகே, சுவபோதாவிற்கு இன்னும் தீவிர பயிற்சிகளை அவர் அளிக்கத் தொடங்கினார்.

ஒருமுறை பீகார் மாநிலத்தின் எல்லைப் பகுதியில் உள்ள ஒரு கிராமத்திற்கு பயணம் செய்துவிட்டு வர அழைக்கவே, மகிழ்ச்சியோடு கிளம்பினார் சுவபோதா. ஆனால் அப்போது எதிர் கொள்ளப் போகும் பயங்கரத்தைப் பற்றி எதுவுமே அவர் அறிந்திருக்கவில்லை.

அங்கு 3 நாட்கள் மிகவும் மகிழ்ச்சியாகவும், குதூகலமாகவும் கழிந்தன. பின்னர் அமாவாசை நாள் வந்தது. அன்றுதான் மூன்று ஆண்டுகளாக சுவபோதாவிற்கு இத்தனை கரிசனத்துடன் பயிற்சிகள் அளித்ததற்கான உண்மை புலப்பட்டது.

“இன்று நீ சவ சாதனா செய்ய வேண்டும்”

“அப்படியென்றால்?”

“ஒரு பிணத்தின் மீது அமர்ந்து கொண்டு பூஜைகள் செய்வதுதான் சவ சாதனா!”

அதிர்ந்து போனார்.

“என்ன சொல்கிறீர்கள் சுவாமி?”

“ஏன் பதற்றம் அடைகிறாய்? இது சாதாரண ஒன்றுதான். பயப்படத் தேவையில்லை”

ஆனால், இதனை ஏற்றுக்கொள்ளும் மனோநிலையில் அவர் இல்லை. மேலும் பிணங்களை எரிக்கும் சுடுகாட்டுப் பக்கமாகப் போவதற்கே அஞ்சுகிற ஒரு சாதாரண மனித சாதிதான் அவரும். 'அப்படியிருக்கும்போது அதன்மீது அமர்ந்து கொண்டு....' நினைத்துப் பார்க்கவே பயமாக இருந்தது சுவபோதாவிற்கு.

மறுத்துவிட்டார்.

"நாங்கள் கிருஷ்ண பரமாத்மாவை வழிபடுகிறவர்கள். எங்களைப் போய் இவ்வாறு சவ சாதனா செய்ய அழைப்பது சரியல்ல. நிச்சயமாக என்னால் ஏற்றுக்கொள்ள முடியாது"

திட்டவட்டமாகவே மறுத்துவிட்டார்.

அப்போது சூரிக்குக் கோபம் வந்துவிட்டது. "நீ இதற்கு மறுத்தால் அப்புறம் உனது சடலத்தின் மீது அமர்ந்து கொண்டு நான் வழிபாடு செய்கிற மாதிரி ஆகிவிடும்" என்று பயமுறுத்த ஆரம்பித்தார்.

சூரி உண்மையாகவே மிரட்டுகிறார் என்பது புரிந்தது. அந்த முழுநிலவின் வெளிச்சத்தில் தன்னைச் சுற்றிலும் நின்று கொண்டிருந்த சில கிராமவாசிகளின் கைகளில் பயங்கரமான கூர் ஆயுதங்கள்!

சம்மதிப்பதைத் தவிர வேறு வழியில்லை.

தன் உயிரை விடுவதற்கு அச்சம்.

தீவிரவாதிகளை விடவும் மோசமான ஒரு கும்பலிடம் வசமாகச் சிக்கிக் கொண்டுவிட்டது தெரிந்தது.

தனது இறுக்கத்தைத் தளர்த்தி சம்மதம் தெரிவித்தார். அது முழுச்சம்மதம் கிடையாது. அச்சத்தால் ஏற்பட்ட அரைகுறை சம்மதம்.

உடனே அவருக்கு ஏதோ பருகக் கொடுத்தார்கள். புளிப்பும், கசப்புமாக இருந்தது. 'என்ன அது?' என்று கேட்டதற்கு, 'நாட்டுச் சாராயம்' என்றார்கள். இவருக்கு தொண்டை முழுவதும் நெருப்பாய் தகதகவென எரிந்தது.

“கண்ணியமான, சுத்தமான ஒரு இந்துக் குடும்பத்தைச் சேர்ந்தவன். முட்டையைக் கையால் கூடத் தொடாதவன். என்னை சாராயம் குடிக்க வைத்து விட்டீர்களே! நான் உங்களுக்கு என்ன கெடுதல் செய்தேன்? இன்னும் ஒரு பிணத்தின் மீது வேறு அமரச் சொல்கிறீர்களே, நியாயமா?” என்ற சுவபோதாவின் கதறலை யாருமே காதில் வாங்கிக் கொள்ளவில்லை. அவர்கள் அனைவருமே அடுத்தகட்ட நடவடிக்கைகளில் தீவிரம் காட்டத் தொடங்கினர்.

இன்னும் இன்னும் மதுவை அருந்த வைத்தார்கள்.

இப்போது தன்னிலை மறந்து, ஏதோவொரு உலகத்தில் தைரியவான் போல நடமாடத் தொடங்கினார் சுவபோதா. போதை தலைக்கு ஏறியிருந்தது. ‘என்ன வேண்டுமானாலும் செய்யத் தயார்’ என்கிற மனோநிலை குடிபுகுந்திருந்தது.

அப்போது அங்கே ஒரு சடலம் கொண்டு வரப்பட்டது. அது ஒரு அழகிய இளம் பெண்ணின் சடலம்!

இந்த சவ சாதனாவிற்காக இவர்களே உயிர்ப்பலி செய்த சடலமா என்பது சுவபோதாவிற்குத் தெரியாது.

ஆனால் அந்த உச்சகட்ட போதையிலும் சடலத்தைப் பார்த்ததும் கை, கால்களில் நடுக்கம் ஏற்பட்டது. ஆனாலும் முழு பாட்டில் மதுவையும் அருந்தியதால் ஏற்பட்ட போதையில் அந்த சடலத்தை உயிருள்ள பெண்ணாகவே நினைக்கத் தோன்றியது. அதன் முகம், கண்கள், கூந்தல், கழுத்து என்று நிர்வாணமாகக் கிடத்தப்பட்ட அந்த 15 வயது மதிக்கத்தக்க இளம் பெண்ணின் சடலம், உயிருள்ள பெண்ணாகவே அவருக்குத் தெரிந்தது. அந்தப் பெண்ணோடு அந்தரங்கத் தொடர்பு ஏற்படுத்த வேண்டும் என்ற துடிப்பும் எழுந்தது.

போதையால் மிகவும் தடுமாற்றம் அடைந்திருப்பதை உணர்ந்த சுவபோதா, தன்னை சுயஉணர்வுக்குக் கொண்டுவர வெகுவாகவே போராடினார்.

அந்த சடலத்தின் மீது அங்கிருந்த கிராமவாசி ஒருவர் ஏதோ ஒரு எண்ணெய் போன்ற திரவத்தைத் தெளித்தார். பின்னர் அதன் வாயைத் திறந்து அதே திரவத்தை ஊற்றினார்.

அந்தப் பெண் இறந்து ரொம்ப நேரம் ஆகியிருக்காது என்பது தெரிந்தது. எங்கிருந்து, எப்படி, எவ்வாறு இந்த சடலத்தை இவர்கள் கொண்டு வந்தனர் என்பது கேள்விக்குறியாகவே இருந்தது.

அப்போது சூரி சுவபோதாவிடம் ஒரு பொருளைக் கொடுத்தார். "இந்த யந்திரத் தகட்டினை மந்திரங்கள் ஜெபித்து கடந்த 40 ஆண்டுகளாக உருவேற்றி வைத்துள்ளேன். ஜாக்கிரதையாக இதனைப் பயன்படுத்து. சடலத்தின் மீது அமர்ந்து கொண்டு யந்திரத்தைக் கைகளில் பிடித்தவாறு கற்றுத்தந்த ஜெபமாலை மந்திரத்தைத் தொடர்ந்து சொல்லிக் கொண்டே இரு. ஒரு கட்டத்தில் அந்த சடலமானது திடீரென்று எழுந்து உட்கார முயற்சி செய்யும். உன்னை வீழ்த்தவும் அது துடிக்கும். ஆனால் ஒருபோதும் அதற்கு இடம் கொடுத்து விடாதே. அது உன்னைப் பலமாகத் தள்ள முயற்சிக்கும்போது அதைவிடக் கூடுதல் பலம் கொண்டு எழ விடாமல் செய்துவிடு. இல்லையென்றால் அது உனக்கு ஆபத்தை விளைவிக்கும், ஜாக்கிரதை" என்றார்.

அங்கே ஒரு பாத்திரத்தில் இறைச்சி துண்டும், இன்னொரு குவளையில் ஒயின் என்னும் மது பானமும் வைக்கப்பட்டிருந்தது. இது ஏன் என்பதற்கான விளக்கத்தையும் சூரியே விவரித்தார்.

"தொடர்ந்து ஜெபமாலை மந்திரத்தை ஒலித்துக் கொண்டே இருந்தால் அம்பாள் இங்கு வருவாள். ஆனால் அவளது ரூபத்தைக் காண்பிக்காமல் ஏதாவதொரு விலங்கினைப் போல உருவெடுத்து வருவாள். அப்போது மிகவும் அகோரமாகக் காணப்படுவாள். உறுமலும், கத்தலும் அதிகமாக இருக்கும். அவளைச் சாந்தப்படுத்துவதற்காகத்தான் இறைச்சியும், ஒயினும் இங்கே வைக்கப்பட்டுள்ளது. இதனை அருந்தியதும் சீற்றம் தணிந்து, 'உனக்கு என்ன வரம் வேண்டும்' என்று கேட்பாள். அப்போது, 'என் குருநாதர் எனக்கிடும் எந்தவொரு கட்டளையையும் நான் செய்து கொடுக்க வேண்டும். அதற்கான சக்தி எனக்கு வேண்டும்' என்று மட்டும் நீ கேட்க வேண்டும். இவ்வாறில்லாமல் வேறு எதையாவது கேட்டால் அம்பாளுக்குக்

கோபம் மீண்டும் வந்து உன் இரத்தத்தை உறிஞ்சி விடுவாள், ஜாக்ரதை" என்றார் சூரி.

இப்போதுதான் சுவபோதாவிற்கு அனைத்தும் விளங்கியது. 'தன்னை ஒரு அடிமையாக மாற்றும் திட்டமிட்ட சதி' என்ற உண்மை புரிந்து போனது.

அந்த உச்சகட்ட போதையிலும், 'எக்காரணம் கொண்டும் ஒருவேளை இந்தக் கிழவன் கூறுகிற மாதிரி காளி கண்முன் தோன்றி வரம் கேட்டால் இவன் சொல்கிற மாதிரி கேட்கவே கூடாது' என்று மனதிற்குள் உறுதியாக முடிவெடுத்துக் கொண்டார்.

ஆனாலும் அதனை வெளிக்காட்டிக் கொள்ளாமல் சூரியிடம் 'சரி' என்கிற மாதிரி தலையசைத்து வைத்தார்.

பின்னர் இவரைச் சுற்றிலும் ஒரு பெரிய வட்டம் ஒன்றை வரைந்த சூரி, "எக்காரணம் கொண்டும் இந்த வட்டத்தை விட்டு நீ வெளியே வரக்கூடாது. அவ்வாறு வந்தால் உன் உயிருக்கு நான் உத்தரவாதம் அளிக்க முடியாது" என்று அச்சுறுத்தினார்.

பின்னர் சூரியும், அங்கிருந்த ஒருசில கிராமவாசிகளும் சற்று தள்ளி இருட்டுக்குள் அமர்ந்தனர். கும்மிருட்டாக இருந்ததால் எதுவுமே கண்ணுக்குப் புலப்படவில்லை. சுவபோதா சடலத்தின் மீது அமர்ந்து கொண்டு மந்திரத்தை ஜெபிக்கத் தொடங்கினார். முழுக்குடிகாரனாக இருந்தபோதிலும், மனதிற்குள் ஒரு சிறிய நடுக்கம் இருக்கத்தான் செய்தது.

ஆனால் சூரி பயமுறுத்தியதுபோல அந்த உடலானது எவ்விதத்திலும் எழ முயற்சி செய்யவே இல்லை.

ஆனால் சற்று நேரத்தில் வேறொன்று அங்கே நடந்தது.

யாரோ அல்லது எதுவோ அவரையே பார்த்துக் கொண்டிருப்பதுபோல ஒரு உணர்வு. இன்னும் கொஞ்சம் கண்களை அகல விரித்துக் கொண்டு பார்த்தபோது...

இரண்டு பயங்கரமான விழிகள்!

இவரையே வெறித்துப் பார்த்துக் கொண்டிருந்தது.

அச்சத்தில் இவரது நாடித் துடிப்பே நின்றுவிடுவது போல இருந்தது. அந்த விழிகளையே உற்றுப் பார்த்தபோது...

அது ஒரு மிருகம் என்று புரிந்தது.

இன்னும் உற்றுப் பார்த்தபோது, அது..

குள்ளநரி!

கோபத்தோடு பற்களை வெளியே காண்பித்து சுவபோதாவைப் பார்த்து உறுமிக் கொண்டிருந்தது.

அவ்வளவுதான், சூரி சொன்ன கட்டுப்பாடுகள் அனைத்தும் காற்றில் பறக்க, சடலத்தின் மீதிருந்து கீழே குதித்து பின்னால் நகர்ந்தார்.

அதாவது வரையப்பட்ட வட்டத்தை விட்டும் வெளியே வந்துவி' ப ார்.

இப்போது அது பெண் தெய்வம் என்பது புரிந்தது. அச்சத்தில் என்ன சொல்கிறோம், என்ன செய்கிறோம் என்ற யோசனை சிறிதும் இல்லாமல், "உனக்கு என்ன வேண்டும்?

இரத்தம் தானே வேண்டும்? இதோ எடுத்துக் கொள்" என்று தனது கையை குள்ளநரியின் வாய் அருகே கொண்டு சென்றார். அதன் பற்களில் வைத்து தனது கரத்தை அழுத்தி உரசினார்.

இப்போது கொஞ்சமாக இரத்தம் வெளிப்பட்டது.

இரத்தத்தைப் பார்த்த அந்த மிருகம் தனது நாக்கால் அதனைத் தடவி ருசித்தது.

அவ்வளவுதான்.

அடுத்த நிமிடம் அந்த குள்ளநரியைக் காணவில்லை.

அங்கே ஸ்மாஷன் தாரா என்ற பெண் தெய்வம் தோன்றியது.

விரித்த கூந்தல், மனித மண்டையோடுகளால் ஆன மாலை, கழுத்தில் இன்னும் பாம்புகள், நீளமான செக்கச் செவேல் என்ற நாக்கு, மிக உயரம் என்று பயங்கரத் தோற்றத்தில் காட்சியளித்தாள் அந்த மாதா.

''உனக்கு என்ன வேண்டும்?'' அந்தத் தெய்வம் சுவபோதாவிடம் இப்படித்தான் புன்னகை ததும்பக் கேட்டது.

"இந்தக் காரியத்தை நான் விருப்பப்பட்டு செய்யவில்லை. அதோ அங்கே அமர்ந்திருக்கிறாரே அவர்தான் என்னைக் கட்டாயப்படுத்தி இவ்வாறு செய்ய வைத்துவிட்டார். ஆகவே, இப்போதே எனது சொந்த ஊரான மும்பைக்கு நான் செல்ல வேண்டும்" என்றார் அவர்.

"அவ்வளவுதானே! இப்போதே நீ மும்பைக்குச் செல்கிறாய். ஆனால் அதற்குமுன் இவ்வாறு சவ சாதனா செய்ததால் உனக்கு என்ன வரம் வேண்டும் என்று கேள். அதனை அளித்துவிட்டு உன்னை மும்பைக்குக் கொண்டு செல்கிறேன்" என்றாள் தாரா.

ஆனால் அவரோ, "எனக்கு வரம் எதுவுமே வேண்டாம். என்னை மும்பைக்குக் கொண்டு சென்றால் மட்டும் போதும்" என்று மீண்டும் பிடிவாதமாக அதையே சொல்ல, சிரித்தாள் அந்த பெண் தெய்வம் தாரா.

பின்னர் சுவபோதாவைக் கண்களை மூடுமாறு ஆணையிட,

அவரும் அவ்வாறே கண்கள் இரண்டையும் அழுத்தமாக மூடினார். பிறகு திறக்குமாறு ஆணையிட திறந்தார். சுற்றுமுற்றும் பார்த்து அதிர்ந்து போனார்.

உண்மையாகவே அப்போது அவர் இருந்தது மும்பையில் அவர் வீட்டின் படுக்கை அறையில்!

நடந்த அனைத்துமே அவருக்குப் பிரமிப்பைத் தந்தது. ஆனாலும் சவ சாதனாவை அவரால் அத்துடன் விட்டுவிட முடியவில்லை என்பதே உண்மை. பின்னர் அடிக்கடி அங்குள்ள சுடுகாட்டிற்குச் சென்று சவ சாதனாவை மேற்கொள்வதைத் தொடர்ந்து செய்யத் தொடங்கினார்.

வீட்டில் அனைவரோடும் அமர்ந்து சாதாரண வாழ்க்கை வாழ்ந்த போதிலும், யாருக்கும் தெரியாமல் அமாவாசை போன்ற முக்கிய நாட்களில் சவ சாதனாவை மேற்கொண்டு தன்னை ஒரு முழுமையான அகோரியாகவே அவர் மாற்றிக் கொண்டுவிட்டார்.

சுவபோதா கூறுகிறார் : "உலகை நேசி.. அசுத்தங்களை நேசி. இருளை நேசி. அது உன்னை வெளிச்சத்தை நோக்கி கொண்டு செலுத்தும்."

சக்தி இல்லாமல் உலகமே இல்லை. பிறப்பற்றதும் இறப்பற்றதுமானவர் சிவன். இதை அகோரியானவன் நம்புகிறான்.

வெளிச்சம் வேண்டும் என்றால் விளக்கு எரிய வேண்டும். அதற்கு எண்ணெய் வேண்டும். எண்ணெய் தன்னை தியாகம் செய்து விளக்கை எரிய வைத்து வெளிச்சத்தைப் பரப்புகிறது. ஆனால் விளக்கானது அப்படியேதான் இருக்கிறது. இதுதான் அகோரி.

பொதுவாக அனைவரும் என்ன சொல்கிறார்கள் என்றால், அகோரி என்பவன் அபாயகரமானவன், பயங்கரமானவன். ஆனால் உண்மையில் அவ்வாறு கிடையாது. உடம்பில் ஒட்டுத் துணி இல்லாமல் இருப்பதால் நாகரீகமற்றவன் என்று நினைப்பது சரியல்ல. நீ நிர்வாணமாக இருப்பதால், உனக்கு என்று எந்த ஒரு உடைமையும் கிடையாது என்று அர்த்தம்.

அதாவது இந்த வாழ்க்கையில் இழப்பதற்கு உன்னிடம் எதுவுமே கிடையாது என்பதுதான் இதன் சுருக்கமான பொருள்.

காலையில் படுக்கையில் இருந்து எழுந்ததும் நான் செய்கிற முதல் பணி என்ன தெரியுமா? எனது தோல், எனது தசை, எனது எலும்பு ஆகியவற்றை நன்றாக உற்றுப் பார்த்துவிட்டு எனக்கு நானே சொல்லிக் கொள்வேன், 'இவையெல்லாம் போய்விடும்.. இவையெல்லாம் போய்விடும்' என்று திரும்பத் திரும்ப சொல்வேன். இதன்மூலம் என் உடம்பின் மீதான பிடிப்பு என்னை விட்டு அகன்று போய்விடுகிறது.

நீ இறந்துபோக நினைத்தால் முதலில் தவிர்க்க வேண்டியது என்ன தெரியுமா?

உணவு, உறக்கம், பாலுணர்வு.

உணவைத் துறப்பது எளிது.

உறக்கத்தைத் துறப்பது கூட எளிது.

ஆனால் பாலுணர்வை விட்டு விலகுவது மட்டுமே மிகவும் கடினம்.

இன்று வழக்கத்தைவிட கூடுதலாக ஒரு மணி நேரம் உறங்கினால், நாளை அதைவிட கூடுதலாக ஒரு மணி நேரம் தூங்க வேண்டும் என்ற எண்ணம் ஏற்படும். அப்படித்தான் பாலுணர்வும்.

இன்னும் வேண்டும், இன்னும் வேண்டும் என்ற ஆவலைத் தூண்டிக்கொண்டே இருக்கும். அதனைத் தடுத்து நிறுத்தி விட்டால், வாழ்க்கையை வெற்றி பெற்றுவிட்டதாக மகிழ்ச்சி அடையலாம்."

இவ்வாறு பல்வேறு அகோரிக்கே உரித்தான உயர்ந்த தத்துவங்களை இப்போது அருளிக் கொண்டிருக்கிறார் சுவாமி சுவபோதா.

12

பைரவரை வணங்கும் அகோரிகள்

அகோரிகள் என்றாலே அவர்கள் தங்களைத் தாங்களே கடவுளாக நினைத்து வழிபட்டுக் கொள்ளும் பழக்கம் உடையவர்கள். என்றாலும்கூட அவர்கள் வணங்கும் தெய்வமும் ஒன்று உண்டு என்பது அதிசயப்படுத்தும் உண்மை.

அந்தத் தெய்வம் -

கால பைரவர்!

இவர் காசியைக் காவல் புரியும் கடவுளாக வணங்கப்பட்டு வருகிறார்.

முதலில் பைரவர் எவ்வாறு உருவானார் என்பதைப் பற்றிப் பார்க்கலாம். அதற்கான புராண வரலாற்றைப் புரட்டுவோம்.

அந்தகாசுரன் என்ற சிவபக்தன் ஒருவன் முன்னொரு காலத்தில் இருந்தான். சிவபெருமானை நினைத்து நீண்ட வலிய தவம் ஒன்றை அவன் கடுமையாக மேற்கொண்டான்.

வழக்கம்போல அவனது தவமும் சிவனின் மனதை ஈர்த்தது.

அந்தகாசுரனை மெச்சிய சிவன் அவன் முன்னே தோன்றி, "பக்தா, உனக்கு என்ன வரம் வேண்டும்?" என்று கேள்வி தொடுத்தார்.

மகிழ்ச்சியின் உச்சத்திற்குச் சென்ற அவன், அனைவரையும் வெல்லும் 'இருள்' என்னும் சக்தி வேண்டும் என்று கேட்டான். அப்படியே சிவனும் அதனை அவனுக்கு அள்ளி வழங்கினார்.

வரத்தைப் பெற்ற அந்தகாசுரன் இப்போது அசுரனாக மாறத் தொடங்கினான். மும்மூர்த்திகளையும், தேவர்களையும் பந்தாடத் தொடங்கினான். அவர்களைக் கேவலப்படுத்தும் எண்ணத்தில் புடவை அணியச் செய்தான். கண்களில் மை இட்டு, கரங்களில் வளையிட்டு, பெண் வேடத்தில் தனக்கு சாமரம் வீசி பணிவிடை செய்யப் பணித்தான்.

மேலும் தனது சக்தியினால் பிரபஞ்சம் முழுவதையும் இருள் படரச் செய்து இருட்டாக்கினான்.

இதனால் தேவர்கள் வெறுப்படைந்தனர். அந்தகாசுரனோடு கடினமான போரைத் தொடங்கினர். ஆனாலும் அவர்களால் வெற்றியைப் பெறமுடியவில்லை. தோற்றுப் போயினர்.

வேறு வழியின்றி அவனுக்கு வரம் வழங்கி அருளிய சிவபெருமானிடமே சென்று, அவனது அட்டகாசத்தைப் பற்றிக் கூறி, அவனிடமிருந்து தங்களைக் காப்பாற்றும்படி முறையிட்டு வேண்டினர்.

தனது தீவிர பக்தனான அந்தகாசுரன், தவறான பாதையில் செல்வதை உணர்ந்து அவனை அடக்க நினைத்தார்.

தாருகாபுரத்தை எரித்த காலாக்னி, பின்னர் சாந்தமாகி சிவனின் நெஞ்சில் ஒரு பகுதியாக இருந்தது. தற்போது தேவர்களின் துயரைப் போக்க அந்த அக்னியைத் தட்டி

எழுப்பினார். அந்தகாசுரனின் ஆணவத்தை அடக்கி ஒடுக்கி தேவர்களைக் காத்தருளுமாறு காலாக்னிக்கு உத்தரவிட்டார்.

சிவன் ஆணையிட்ட பின்னரும் பேசாது இருந்துவிட முடியுமா என்ன?

விஸ்வரூபம் எடுத்து புதிய வடிவைப் பூண்டது.

அந்த வடிவம் தான் -

ஸ்ரீ பைரவர்!

அதுவும் ஒரு பைரவராக வடிவெடுக்கவில்லை.

எட்டு பைரவராக வடிவெடுத்தார்.

ஏனென்றால் தனக்குக் கிடைத்த இருள் வரத்தைப் பயன்படுத்தி எட்டுத் திக்கையும் இருளாக்கி ஆட்சி செய்து வந்த அந்தகாசுரனை அடக்க எட்டுத் திக்கிலும் இருளைப் போக்க வேண்டும் அல்லவா!

எட்டு பைரவர்கள் புதிய சக்தியுடன் எழுந்தருளினர்.

அவர்கள் -

1. அசிதாங்க பைரவர்
2. குரு பைரவர்
3. உன்மத்த பைரவர்
4. குரோதன பைரவர்
5. சண்ட பைரவர்
6. கபால பைரவர்
7. பீஷண பைரவர்
8. சம்ஹார பைரவர்.

இந்த எட்டு பைரவர்களும் தங்கள் தம்பதியரோடு எழுந்தருளி, அந்தகாசுரனை அழித்தொழிக்கப் புறப்பட்டனர். அவ்வாறே அந்தகாசுரனும் வீழ்த்தப்பட்டான்.

இதனால் தேவர்கள் மகிழ்ச்சியடைந்தனர்.

அஷ்ட பைரவர்கள் அறுபத்து நான்கு காலங்களில் அறுபத்து நான்கு தோற்றங்கள் கொண்ட பைரவராகக் காட்சி அளிக்கின்றனர்.

இந்துக்களின் புனிதத் தலமான காசியில் இவர் கால பைரவராகக் காட்சியளித்து அந்நகரைக் காவல் காத்து வருகிறார்.

கால பைரவ அஷ்டகத்தை இயற்றியதன் மூலம் பைரவ வழிபாட்டை இந்துக்களிடையே பரப்பினார் ஆதிசங்கரர்.

தனது கால பைரவ அஷ்டகத்தில்,

தேவராஜஸேவ்யமான பாவனாங்க்ரிபங்கஜம்

வ்யாலயஜ்ஞஸூத்ரமிந்து சேகரம் க்ருபாகரம் மி

நாரதாதி யோகிப்ருந்த வந்திதம் திகம்பரம்

காசிகா புராதிநாத காலபைரவம் பஜே மிமி

என்று கூறியுள்ளார் ஆதிசங்கரர்.

அதாவது, தேவர்களின் தலைவன் வணங்கும் திருவடியைக் கொண்டவரும், சந்திரனைப் போன்ற ஒளி பொருந்திய கண்களைக் கொண்ட கருணை மிகுந்தவரும், யோகிகளால் வணங்கப்படும் யோகியர்களின் தலைவனும், உடலில் ஆடைகள் இன்றி திகம்பர நிலையில் காசி மாநகரில் இருக்கும் கால பைரவரை நான் வணங்குகிறேன் என்பது இதன் தமிழாக்கம்.

இறைவன் என்பது மூலம். ஒரே சக்தி. பரம்பொருள். அதுதான் அனைத்தும். ஆனால் இந்த இறைசக்தியானது இயக்கத்தோடு செயல்படுகிறபோது அது பல சக்திகளாக மாற்றமடைகிறது. பல்வேறு செயல்களை பல்வேறு ரூபங்களில் செயலாற்றுகிறது.

உதாரணமாக மிகப் பெரிய நிறுவனத்தின் முதலாளியைக் குறிப்பிடலாம். அந்நிறுவனத்தின் மூலம் அவரே. அங்கு பணியாற்றும் அனைவருக்கும் ஒரே நம்பக சக்தி அவர்தான். ஆனால் நிறுவனத்தின் வெவ்வேறு பணிகளாகக் கருதப்படும் உற்பத்திப் பிரிவு, கொள்முதல் பிரிவு, விற்பனைப் பிரிவு, கணக்குப் பிரிவு, மனித வளப் பிரிவு, மார்க்கெட்டிங் பிரிவு

என்ற பல பிரிவுகள் இருக்கும். இவை ஒவ்வொன்றையும் அவர் கண்காணிக்கின்றபோது ஒவ்வொரு விதமான உருவில் வெளிப்படுகிறார். அதாவது உற்பத்திப் பிரிவில் புரொடக்ஷன் மானேஜராகவும், கொள்முதல் பிரிவில் பர்ச்சேஸ் மானேஜராகவும், கணக்குப் பிரிவில் அக்கவுண்ட்ஸ் மானேஜராகவும், மனித வளப் பிரிவில் எச்.ஆர். மானேஜராகவும், மார்க்கெட்டிங் பிரிவில் மார்க்கெட்டிங் மானேஜராகவும் என்று பல ரூபங்களில், தனக்குப் பதிலாக தனது நம்பிக்கைக்குரியவர் களை அமர்த்தி நிர்வாகத்தைச் செயல்படுத்துவது உண்டல்லவா!

அப்படித்தான் இறை சக்தியும்.

ஆக, கால பைரவர் என்ற இறை சக்தியும் மூல சக்தியின் ஒரு வடிவம். ஆனாலும் இது தனித்துவமிக்க ஒரு அழுத்தமான அதிகாரம் படைத்த வடிவம்.

காசி நகரின் முழுமையான கடவுள்.

ஞானத்தின் வடிவம்.

ஞானிகளுக்கு எல்லாம் முதல் ஞானியாக இருக்கும் இறைவன்.

கால பைரவருக்கு இத்தனை பொருள் உண்டு.

இப்பேர்ப்பட்ட சக்திமிக்க கால பைரவரை அகோரிகள் வணங்கி வருகின்றனர் என்பதுதான் இங்கே நாம் தெரிந்து கொள்ள வேண்டியது.

கால பைரவர் காலத்தைக் கடந்து நிற்பவர். ஞானத்தை உணர்ந்து இருப்பவர். ஆடையின்றி இருப்பவர். ஆனாலும் தற்போது சில கோயில்களில் இவருக்கு கருப்பு உடை அணிவிக்கின்றனர்.

எப்போதும் விழிப்புணர்வுடனும், அதீத மோப்ப சக்தியுடனும் திகழும் நாய் இவரது வாகனமாக இருக்கிறது

கால பைரவரை வணங்குவோர் அறியாமையை விலக்கி ஞானத்தைப் பெறுவர் என்பது நம்பிக்கை. ஆணவம், மாயை, ஆடம்பரம் உள்ளிட்ட அனைத்தையும் போக்கி தன்னிலையை உணர்த்துவார் பைரவர் தனது பக்தர்களுக்கு.

எட்டு பைரவர்கள்

எனினும் பைரவரிடம் சாத்வீகமான, அகிம்சையான, மென்மையான போக்கை எதிர்பார்க்க முடியாது. அனைத்துமே அதிரடிதான். தடாலடியாகவே இவரது அணுகுமுறைகள் இருக்கும்.

ஒரு கருத்தை அறிஞர்களிடம் பிரசங்கம் மூலமாகவே உணர்த்திவிட முடியும். அவர்கள் கற்பூரம் மாதிரி. எதனையும் 'கப்'பென்று புரிந்து கொள்ளும் திறன் உடையவர்கள்.

அதேநேரத்தில் அறிவில் சற்று பின்தங்கிய நிலையில் உள்ளவர்களை பாமரர்கள் என்பர். இவர்களுக்கு வெறுமனே பிரசங்கம் மட்டும் போதாது. அதையும் தாண்டி சில சாகசங்கள், வித்தைகள், மந்திர தந்திர சக்திகள் மூலமாக விளக்கினால் மட்டுமே அந்தக் கருத்தைப் புரிந்து கொள்வார்கள்.

இந்த இரண்டாம் வகையைப் பயன்படுத்தித்தான் கால பைரவர் அனைவருக்கும் ஞானத்தை அருள்வதாகக் கூறுவர்.

அகோரிகளைப் பொருத்தமட்டில் கால பைரவரைத் தங்களது ஆதி குருநாதராகக் கருதுகின்றனர். ஒவ்வொரு

அகோரியும் தங்களை கால பைரவரர் அவதாரமாகவே நினைக்கின்றனர். மக்களின் அறியாமையை அதிரடியாக, அதாவது கொஞ்சம்கூட நாசூக்கின்றி சுட்டிக் காட்டுவார்கள்.

கால பைரவர்

இவ்வாறு அடாவடியாக அவர்கள் நடந்து கொள்வதைப் பார்த்து மென்மையான போக்கினைக் கடைப்பிடிப்பவர்கள் அருவருப்படைந்து அங்கிருந்து வேகமாக நடையைக் கட்டி விடுவார்கள். அவர்களால் இத்தகைய அகோரிகளின் நடவடிக்கைகளைச் சகித்துக் கொள்ளவே முடியாது. அச்சப்படவும் செய்வார்கள்.

அதாவது இந்துக்கள் அனைவரும் புனிதமாகக் கருதி வழிபடும் சுவாமி சிலைகளின் மீது சிறுநீர் கழித்து அனைவரையும் அதிர்ச்சியில் ஆழ்த்திவிடுவார்கள்.

தெரு ஓரமாகக் கிடக்கும் மனித மலத்தைத் திடீரென்று அள்ளி வாயில் போட்டு சுவைத்து, சுற்றி இருப்பவர்களின் மன அதிர்வை அதிகப்படுத்துவர்.

தெருவில் ஓடும் கழிவு நீரை அள்ளிப் பருகி அனைவரின் இதயத் துடிப்பை வேகப்படச் செய்வர்.

இதுபோன்ற செயல்களைப் பார்த்து மிரண்டு ஓடும் பக்தர்களை நிறைய பார்க்கலாம்.

காசியில் நள்ளிரவு வந்ததும் கூட்டமாக அமர்ந்து அகோரிகள் தியானம் செய்யத் தொடங்குவர். திடீரென்று நரமாமிசம் சாப்பிடுவர். நிர்வாண கோலத்தில் அவர்கள்

இவ்வாறு நடந்து கொள்வது நேரில் பார்க்கிறவர்களை நடுங்கச் செய்து விடுகிறது.

இவர்கள் பெரும்பாலும் ரிஷிகேஷ், கேதார்நாத் போன்ற இடங்களிலும் இமயமலைக் காடுகளிலும் அலைந்து திரிவர். பன்னிரெண்டு ஆண்டுகளுக்கு ஒருமுறை வருகிற கும்பமேளாவின் போது கூட்டம் கூட்டமாக அலகாபாத்திற்கு நடந்தே வருவார்கள். கும்பமேளா முடிவடைந்ததும் மீண்டும் நடந்தே காட்டுக்குள் சென்று மறைந்துவிடுவார்கள்.

ஒரு இடத்தில் இருந்து மற்றொரு இடத்திற்குச் செல்லும் போது இராணுவ வீரர்களைப் போல கட்டுக்கோப்பாக, வரிசையாகச் செல்வார்கள்.

சடை விழுந்த நீண்ட முடி, முகம் உட்பட உடல் முழுவதும் சுடுகாட்டு சாம்பல், கழுத்தில் மண்டை யோடுகளால் ஆன மாலை, கையில் மண்டையோட்டினால் உருவாக்கப்பட்ட திருவோடு என்று நிர்வாண கோலத்தில் காட்சியளிப்பார்கள். எனினும் இவர்கள் உடம்பில் சிறிதளவுகூட துர்நாற்றம் வீசுவது இல்லை.

தங்களுக்குள்ளும் ஒரு வார்த்தை கூட இவர்கள் பேசிக் கொள்வது கிடையாது.

குழுவாக வட்டவடிவில் அமர்ந்து கஞ்சா என்று பிறர் கருதும் ஒருவகையான மூலிகையைப் புகைப்பார்கள். பக்தர்கள் கஞ்சாவை இவர்களுக்கு அன்பளிப்பாக வழங்கினால் அதனை எறிந்து விடுவார்கள். மூலிகை நிரப்பப்பட்ட குழாயை ஒருவர் ஒருமுறை மட்டுமே புகைப்பார். பின்னர் அது அடுத்தவர் அடுத்தவர் என்று கைமாறிக் கொண்டே போகும்.

நடுங்கும் குளிரிலும் வெட்ட வெளியில் வட்டமாக ஆடையின்றி அமர்ந்து முழுமையான தியானத்தில் ஈடுபடுவார்கள்.

தங்கள் யோக சக்தியைப் பிறருக்கு அநாவசியமாகக் காட்ட முற்பட மாட்டார்கள். அதை வைத்து விளம்பரம் தேடுவது இவர்களுக்குப் பிடிக்கவே பிடிக்காது.

13

அகோரிகள் சித்தர்களா?

தென்னிந்தியாவில், குறிப்பாக தமிழகத்தில் சித்தர்கள் என்று அழைக்கப் படுகிறவர்களை வட இந்தியாவில் அகோரிகள் என்று அழைப்பதாகச் சொல்வோர் உண்டு. ஆனால் இது எந்த அளவிற்கு சரியானது என்பது மிகப் பெரிய கேள்விக்குறி.

சித்தர்கள் நரமாமிசம் உண்பவர்கள் அல்ல. ஆனால் அகோரிகள் அதை உண்பவர்கள்.

இந்த ஒரு முக்கிய காரணத்திலேயே அகோரிகள், சித்தர்களின் இனத்தைச் சார்ந்தவர்கள் என்ற கூற்று அடிபட்டுப் போய்விடுகிறது.

தாந்தரீகக் கலையில் வல்லவர்களாக அகோரிகள் இருப்பதாலும், யோகா மற்றும் தியானக் கலையில் சிறந்து விளங்குவதாலும், சிவனை வணங்குவதாலும், தன்னைத் தானே கடவுளாக நினைத்துக் கொள்வதாலும் மட்டும் சித்தர்களின் இன்னொரு வடிவம் என்று இவர்களைக் கூறுவது சரியான வாதமாக இருக்க முடியாது.

சித்தர்கள் காடுகளில் மறைந்து வாழ்கிறவர்கள். அகோரிகளும் அவ்வாறே.

சித்தர்கள் மருத்துவக் கலையில் மிகுந்த தேர்ச்சி பெற்றவர்கள். அகோரிகளிடமும், நாகா சாதுக்களிடமும் மருத்துவப் பயிற்சி நிறைய உண்டு.

ஆடம்பரம், பகட்டு, சுயவிளம்பரம் போன்றவற்றில் சித்தர்களைப் போலவே அகோரி சாதுக்களும் ஆர்வம் காண்பிப்பது கிடையாது.

இப்படி இருவருக்கும் இடையே நிறைய ஒற்றுமைகள் இருப்பதால் இருவரையும் ஒரே பிரிவாகக் கருதலாம் என்று சிலர் சொல்லும் கூற்றை ஏற்றுக் கொள்ள முடியாது.

அகோரிகள் யார், எப்படிப்பட்ட வாழ்க்கையை அவர்கள் மேற்கொண்டுள்ளனர் என்பது பற்றியெல்லாம் இதுவரை ஓரளவுக்கு நாம் பார்த்தோம்.

எனவே அகோரிகளைப் பற்றி ஒருவிதமான எண்ணம் நமக்கு வந்திருக்கும் என்பது உண்மை.

இப்போது சித்தர்கள் யார், எப்படிப்பட்டவர்கள் என்பதைப் பற்றியும் சுருக்கமாகப் பார்த்தால் மட்டுமே, இருவரையும் ஒப்பிட்டுப் பார்ப்பது எளிதாக இருக்கும்.

சித்தர்கள் யார்?

பரமாத்மாவை நாம் உலகெங்கும், காடுகளிலும், மலைகளிலும், ஊர்களிலும், கோயில்களிலும் தேடி அலைவது வீண். நம் உடம்பே பரமாத்மாவின் இருப்பிடம்.

ஆக, நம் உடம்பைப் பேணிப் பாதுகாத்தாலே

பரமாத்மாவைப் பேணுவதற்குச் சமம். அதாவது ஒவ்வொருவரும் அவரவர் உடம்பைப் பேணுவதே கடவுள் பணியாகும்.

உன் உடம்பினுள் இருக்கும் பரமாத்மாவைக் கண்டு இன்புற்றிரு.

இதுதான் சித்தர்களின் அடிப்படைக் கொள்கை.

உன்னுள்ளும் இருப்பான் என்னுள்ளும் இருப்பான்
உருவம் இல்லா உண்மை அவன்.
இதை உணர்ந்தார் இங்கே உலவுவதில்லை
தானும் அடைவார் அந்நிலை தன்னை.

திருமூலரும் தனது பாடலில் இதே கருத்தை அழுத்தமாகவே கூறுகிறார்.

யோகச் சமாதியின் உள்ளே அகலிடம்
யோகச் சமாதியின் உள்ளே உளரொளி
யோகச் சமாதியின் உள்ளே உள சக்தி
யோகச் சமாதி உகந்தவர் சித்தரே

பரமாத்மாவைத் தேடி வீணாக அங்குமிங்கும் அலைந்து திரிந்து தேடுவதில் பயனில்லை என்பதில் சித்தர்கள் உறுதியான கருத்தினைக் கொண்டிருக்கின்றனர்.

இதுபோன்ற கொள்கையால் சித்தர்களின் வாழ்க்கை வழக்கமான மனிதர்களின் வாழ்க்கை முறையைத் துறந்து, தன்னைத் தேடும் பணியில் தீவிரமாக இறங்கி இருக்கிறது.

இன்னும் சுருக்கமாகச் சொல்லப்போனால் இவர்கள் ஆன்மீகம் மற்றும் பகுத்தறிவு ஆகிய இரண்டுக்கும் நடுவில் ஒரு புதிய பாதையை வகுத்து அதனில் பயணித்துக் கொண்டிருக்கின்றனர்.

இந்தப் புதிய பாதை சாதாரணர்களுக்குப் புரியாது. ஏன் யாருக்குமே புரியாது, அதனை உள்ளாய்ந்து பார்க்கும் வரையில். இதன் காரணமாகப் பலரும் சித்தர்களைக் கண்டால் அருவருப்பு கொள்வதும், அவர்களை நாகரீகமற்ற காட்டுமிராண்டிகள் என்று கருதி இகழ்வதும் உண்டு.

இப்படியாகத் தன் உடம்பையே பரமாத்வாகக் கருதி, அதனைப் பலமும் வளமும் வாய்ந்ததாக மாற்ற முயன்று, பரமாத்மாவாகவே உருமாறும் அதீத உன்னத சக்தியை நோக்கி அவர்கள் பயணித்துக் கொண்டிருக்கிறார்கள்.

இதனால் ஆசை, கோபம், பகட்டு, உணவு, காமம் போன்ற சாதாரண மனிதனுள் புதைந்து கிடக்கும் அத்தனையும் சித்தர்களால் எளிதாகத் துரத்தியடித்துவிட முடிகிறது.

தன் உள்மனத்தை அவர்கள் வென்றுவிடுகிறார்கள். அதன் வாயிலாகத் தன் உடம்பையும், தன் மனத்தையும் கட்டுப்பாட்டுக்குள் கொண்டு வந்து விடுகிறார்கள்.

'எங்களிடம் உங்கள் பணத்தை முதலீடு செய்தால் ஐந்து வட்டி தருகிறோம். மேலும் முதலில் முதலீடு செய்யும் பத்து பேருக்கு ஆளுக்கு ஒரு கிரவுண்டு நிலம் தருகிறோம்' என்று புதிய நிதிநிறுவனம் தொலைக்காட்சியில் தொடர்ந்து விளம்பரம் செய்தால், அதிக வட்டிக்கும், ஒரு கிரவுண்டு நிலத்திற்கும் ஆசைப்பட்டு எத்தனை பேர் அந்த நிறுவனத்தைத் தேடி ஓடுகின்றனர்.

அப்புறம் அந்த நிறுவனம் மிகப் பெரிய திண்டுக்கல் அல்லது அலிகார் பூட்டுப் போட்டு நிரந்தரமாகப் பூட்டப்பட்ட பிறகு வாயிலும் வயிற்றிலும் அடித்துக் கொண்டு அழுது அரற்றி, மண்ணை வாரித் தூற்றுகிறார்கள்.

இரண்டு சோப் வாங்கினால் ஒரு சீப்பு இலவசம் என்றதும் பையைத் தூக்கிக் கொண்டு எத்தனை பேர் அங்கு கிளம்பி விடுகிறோம்.

காரணம், நாம் சாதாரண மனிதர்கள். நம்மால் ஆசையை அடக்க முடியவில்லை. அதற்கு அடிமையாகி இருக்கிறோம்.

ஆனால் சித்தர்கள் அவ்வாறு கிடையாது.

இதுபோன்ற எந்த விளம்பரத்தாலும் அவர்களது மன உறுதியை அசைத்துப் பார்த்துவிட முடியாது.

அத்தனை உள்ளக் கட்டுப்பாடு!

இக்கட்டுப்பாடு காரணமாக அவர்கள் தங்கள் உடலையும் கட்டுக்கோப்புடன் வைத்துக் கொள்ள முனைகின்றனர். பரமாத்மா குடியிருக்கும் கோயிலாகத் தங்கள் உடம்பை அவர்கள் நினைப்பதால், அதனைச் சுத்தமாக வைத்திருப்பதில் அத்தனை ஈடுபாடு காண்பிக்கின்றனர்.

இதற்காக காடு, மேடு, மலை, பள்ளத்தாக்கு என்று பல்வேறு பகுதிகளுக்கும் சென்று மிகப் பெரிய மருத்துவ ஆய்வையே அவர்கள் நடத்தியுள்ளனர். நடத்தியும் வருகின்றனர்.

இந்த ஆய்விற்காக அவர்கள் பெரிய அளவில் பரிசோதனைக் கூடம் எதனையும் உருவாக்கி இருக்கவில்லை. ஆனாலும் தொடர்ந்து ஆய்வினை நடத்திக் கொண்டே இருக்கின்றனர்.

மருத்துவ ஆய்வு என்றால் நம் நாட்டில் தாராளமாகப் பரந்து கிடக்கும் பல்வேறு மூலிகைகளின் மூலமாக ஆய்வு மேற்கொண்டு உடம்பைப் பேணுவதற்கான அனைத்து முயற்சிகளையும் அவர்கள் மேற்கொண்டுள்ளனர்.

இவ்வாறான ஆய்வுகளின் மூலம் மரணத்தை வெல்ல முடியும் என்பதை அவர்கள் நிரூபித்துள்ளனர். நூறு வயதுக்கு உள்ளாகவே மரணத்தை அடைந்துவிடும் மனித உடலை, ஆயிரம் ஆண்டுகளுக்கும் மேலாக மரணத்தை அடைய விடாமல் தடுக்கும் சக்தி மூலிகைகளுக்கு இருப்பதாக அவர்கள் கண்டறிந்துள்ளனர்.

இதனால் சித்தர்கள் மரணத்தை வென்றவர்கள் என்ற நிலைப்பாட்டை அடைந்துள்ளனர். ஆயிரக்கணக்கான ஆண்டுகளாக உயிர் வாழ்ந்து வரும் சித்தர்கள் இன்றும் உள்ளனர்.

இவை அனைத்தும் நம்புவதற்குச் சிரமமாக இருந்தாலும் உண்மையே.

சித்தர்களின் கடும் உழைப்பால் கிடைக்கப்பெற்ற வாத வித்தை, இன்று பல்வேறு அறிவியல் ஆராய்ச்சிகளுக்கு முன்னோடியாக இருந்து வருகிறது என்பதும் உண்மை.

உலோகங்கள், பாஷாணங்கள், உப்பு, வேர்கள், மரப்பட்டை வகைகள், பிராணிகளின் உடம்பில் உற்பத்தியாகும் கோரோசனை, கஸ்தூரி, மூத்திரம், மலம் உள்ளிட்டவற்றின் குணங்களைப் பற்றி முதன் முதலாக அறிந்து, அதனை வெளிப்படுத்தியவர்கள் சித்தர்கள்.

காடுகளிலும், குகைகளிலும் வாழ்ந்து வந்த சித்தர்கள், பல்வேறு கடினமான ஆராய்ச்சிகளைச் செய்து மருத்துவ அறிவியலுக்கு அஸ்திவாரம் அமைத்திருக்கிறார்கள்.

அதுவும் எப்போது?

பல நூறு, ஆயிரம் ஆண்டுகளுக்கு முன்னரே.

சிவபெருமானைத்தான் முதல் சித்தர் என்று சொல்வோர் உண்டு. ஆனால் அதற்கான தெளிவான விளக்கம் இல்லை.

பதினெண் சித்தர்களை முக்கியமாகக் குறிப்பிடுகிறார்கள். அதாவது, திருமூலர், போகர், கருவூரார், புலிப்பாணிச் சித்தர்,

கொங்கணர், அகப்பேய்ச் சித்தர், சட்டைமுனி சித்தர், சுந்தரானந்தர், அகத்தியர், தேரையர், கோரக்கர், பாம்பாட்டிச் சித்தர், சிவவாக்கியர், உரோமமுனி, காகபுசுண்டர், இடைக்காட்டுச் சித்தர், குதம்பைச் சித்தர், பதஞ்சலி முனிவர்.

இவர்களே சித்த மருத்துவத்தின் முன்னோடிகள் என்றால் மறுக்க முடியாது.

கொல்லி மலை, சதுரகிரி மலை, பொதிகை மலை, பழனி மலை, திருவண்ணாமலை உள்ளிட்ட தமிழகத்தின் பல மலைகளிலும் கிடைக்கும் செடி, கொடிகள், வேர்கள், பட்டைகள் போன்றவற்றில் அடங்கி இருக்கும் மருத்துவ குணங்களை அறிந்து, அதனை நோய்களைக் குணமாக்கும் விதத்தில் மருந்தாகக் கண்டறிந்தவர்கள் சித்தர்களே.

இந்த மருந்துகளை உட்கொள்பவர்கள் எந்தவிதமான பக்க விளைவுகளாலும் பாதிக்கப்படுவதே கிடையாது. அதே நேரத்தில் நாள்பட்ட நோய்களைக்கூடக் குணமாக்கும் சக்தி இந்த மருந்துக்கு உண்டு.

இவ்வாறு மூலிகைகளை மட்டுமே ஆராய்ச்சி செய்வதோடு நின்றுவிடாமல், மனித உடற்கூறுகளையும் ஆய்வு செய்தவர்கள் சித்தர்கள். நாடி, பித்தம், ஞானேந்திரம் போன்றவற்றையும் தெளிவாகக் கண்டறிந்து அதற்கான மருத்துவ முறைகளையும் விரிவாக விளக்கிக் கூறியுள்ளனர்.

தாங்கள் கண்டறிந்த மருத்துவ குறிப்புகளைப் பாடல்கள் மூலமாக அனைவரும் தெரிந்து கொள்ளும்விதமாக எழுதி வைத்துச் சென்றுள்ளனர். பல நூல்கள் கிடைக்காமல் போய் விட்டன என்றாலும் கிடைத்த நூல்கள் மூலமாக சித்த மருத்துவம் இன்றும் உயிர்வாழ்ந்து கொண்டிருப்பது மகிழ்ச்சி தரும் ஒன்று.

இன்றைய 'அலோபதி' என்னும் ஆங்கில மருத்துவம் சித்த மருத்துவத்தை அடிப்படையாகக் கொண்டு பல புதிய மருந்துகளைக் கண்டுபிடித்துள்ளது. என்றாலும் அவற்றில் பக்க விளைவுகள் அதிகமாக இருப்பது கண்கூடு.

உதாரணமாக இருமல், சளி என்று ஆங்கில மருத்துவரிடம்

சென்றால் மருந்து மாத்திரைகள் தருவார். மூன்று அல்லது நான்கு நாட்களில் நோய் ஓரளவுக்குக் கட்டுப்பாட்டிற்குள் வந்துவிடும். ஆனால் அதன்பிறகு வயிற்று வலி ஆரம்பமாகும். மருத்துவரிடம் கேட்டால் சளிக்கு கொடுத்த மருந்தின் தாக்கம் இது என்பார்கள். அப்புறம் ஒரு மாதம் கழித்து மீண்டும் சளி, இருமல் வந்து உங்களைப் படுத்தும்.

ஆனால் சித்த மருத்துவத்தில் இதுபோன்ற எதிர் விளைவுகள் ஏற்படவே செய்யாது. நோய் குணமாகத் தாமதமாகுமே தவிர, ஆனால் முற்றிலுமாகக் குணம் கிடைத்து விடும். அடிக்கடி வந்து உங்களைத் தொல்லைப் படுத்தாது.

சித்தர்கள் என்று சொன்னாலே பல பேருக்கும் உடனடியாக நினைவுக்கு வருவது 'இரசவாதம்'.

எளிய வகையிலான உலோகங்களுடன் சிலவகை தாவரங்களைச் சேர்த்து வேதியியல் முறை மூலமாகத் தங்கம் தயாரிக்கும் வித்தை கற்றவர்கள் சித்தர்கள்.

சொக்கத் தங்கம் என்றால் சொக்கிப் போகாதவர்கள் யார் தான் உளர்?

இதனை ஏமாற்று வித்தை என்று இகழ்வோரும் உண்டு. இந்த வித்தை தெரியும் என்று மக்களை ஏமாற்றிப் பணம் பறிப்போரும் உண்டு.

ஆனால் உண்மையான சித்தர்கள் யாரும் இந்த வித்தையின் மூலம் பணம் தேட முயல்வது கிடையாது.

இந்த வித்தையை சித்தர்கள் செய்ததற்கான ஆதாரம் பாடல்கள் மூலமாகத் தெரியவருகிறது.

பரிசன வேதி பரிசித்த தெல்லாம்
வரிசை தருவான் வகையாகு மாபோல்
குருபரி சித்த குவலய மெல்லாம்
திரிமலம் தீர்ந்து சிவகதி யாமே

என்கிறார் திருமூலர். அதாவது பரிசனவேதி என்ற செடியின் மூலமாக இத்தகைய வித்தையைச் செய்துவிட முடியும் என்று கூறுகிறார்.

தங்கத்தின் மீது அவர்களுக்குப் பற்று கிடையாது. எனவே அதன்மூலமாகப் பொருள் சம்பாதிக்கும் எண்ணம் அவர்களிடம் இருந்ததே கிடையாது என்பதைப் புரிந்துகொள்ள வேண்டும்.

அகத்திய முனிவர் பஞ்சபட்சி சாஸ்திரம், நாடி சோதிடம் பற்றி ஆய்வுகள் செய்து, அதனைத் தனது பாடல்கள் மூலம் அனைவரும் அறிந்து கொள்ளச் செய்துள்ளார்.

சித்தர்கள் வான் வழியே பறக்கும் ஆற்றல் படைத்தவர்கள். நம்முன் காட்சியளிப்பவர்கள் திடீரென்று மாயமாக மறைந்து போய்விட்டதாக சிலர் ஆச்சரியத்துடன் கூறுவர்.

அது உண்மை. அவர்களுக்குப் பறக்கும் ஆற்றல் உண்டு. அந்தக் கலையைக் கற்றுள்ளனர். பாதரசம் என்ற பாஷானம் அனைவருக்கும் தெரிந்த ஒன்றுதான். இதிலிருந்து ஒருவகையான மணியைத் தயார் செய்யும் சூட்சுமம் அவர்களுக்குத் தெரியும். அந்த மணியைப் பயன்படுத்தி ஆகாய மார்க்கமாக ஒரு பறவையைப் போல, விமானத்தைப் போல அவர்களால் பறந்து செல்ல முடியும் என்ற தகவல் நமக்கே பிரமிப்பை ஏற்படுத்தத் தான் செய்கிறது.

அந்த மணியின் பெயர் சூதவான் மணி!

பாம்பாட்டிச் சித்தர் இந்த மணியைப் பற்றித் தனது பாடலில் பதிவு செய்துள்ளதாகக் கூறப்படுகிறது.

அதேபோல பாதரசம் போன்ற பாஷானங்களில் இருந்து மருந்து தயாரித்து சிலைகள் செய்யும் கலை இவர்களுக்குத் தெரியும்.

இவ்வாறுதான் நவபாஷானங்களைப் பயன்படுத்தி பழனியில் தண்டபாணி முருகன் சிலையை நிறுவினார் போகர் சித்தர்.

மேலும் தியானம் மற்றும் யோகாவிலும் இவர்கள் சிறந்து விளங்கினர். தியானம் என்பது மனதைக் கட்டுப்படுத்தி ஒருமுகப் படுத்தக் கூடியது.

ஆனால் யோகாவானது மனத்தை மட்டுமல்லாமல் உடலையும் கட்டுப்படுத்தி வலிமை ஊட்டும் சக்தி படைத்தது.

இதனால் இவ்விரு கலைகளையும் தொடர்ந்து செய்து வந்தனர் சித்தர்கள்.

இவ்வாறாக சாதாரண மனிதச் செயல்பாடுகளில் இருந்து ரொம்பவே மாறுபட்ட நிலைப்பாட்டைக் கொண்டவர்களாக வாழ்ந்தவர்கள் சித்தர்கள்.

சாதி, சமயம், சாஸ்திரம், சடங்குகள், இல்லறம், துறவறம் போன்ற அனைத்திலிருந்தும் மாறுபட்டுத் திகழ்ந்தனர். பொதுவான சம்பிரதாய கட்டுப்பாடுகளைத் துணிச்சலுடன் மீறி நடந்தனர். அவர்கள் வாழ்க்கை முறை விந்தையானதாகவும், வியப்பூட்டுவதாகவும் அமைந்திருந்தது.

சித்தி அடைந்தவர்களே சித்தர்கள் என்பர். அப்படித்தான் இவர்களும் வாழ்ந்தனர்.

சித்தர்களின் காலமும் அகோரிகளின் காலத்தைப் போன்றே கணிக்க முடியாததாக உள்ளது. பதினெண் சித்தர்களில் ஒருவரான அகத்தியரின் காலம் இன்னதென்று இதுவரை யாராலும் மதிப்பிட்டுக் கூறமுடியவில்லை.

தொல்காப்பியம் தமிழின் பழமையான நூல் என்பது அறிந்த உண்மை. தொல்காப்பியத்தைப் படைத்த தொல்காப்பியரின் குருவாகத் திகழ்ந்தவர் அகத்திய மாமுனி. அப்படியானால் அகத்தியரின் காலம் எதுவாக இருக்கும்?

தொல்காப்பியர் வாழ்ந்த காலத்தையே அறிந்துகொள்ள முடியாதபோது அகத்தியரின் காலம் மிகப் பழமை வாய்ந்த ஒன்றாகவே இருக்க முடியும்.

சாஸ்திரங்களை சித்தர்கள் புகழ்ந்து போற்றியதே கிடையாது. அதன்மீது அவர்களுக்கு நம்பிக்கையும் இருந்தது இல்லை.

சாத்திரங்கள் ஓதுகின்ற சட்டநாத பட்டரே
வேர்த்து இரைப்பு வந்தபோது வேதம் வந்து உதவுமோ?

என்று சிவவாக்கியர் தனது யோகநிலை பாடல் தொகுப்பில் குறிப்பிட்டுள்ளார்.

சாஸ்திரங்கள் மனிதனின் யதார்த்த வாழ்விற்கு எந்த வகையிலும் உதவாது என்பதில் சித்தர்கள் தெளிவாக இருந்திருக்கின்றனர்.

அதேபோல அவர்,

கோயிலாவது ஏதடா குளங்களாவது ஏதடா?

கோயிலும் குளங்களும் கும்பிடும் குலாமரே!

என்கிறார் அதே பாடலில். மேலும்,

பூசை பூசை என்று நீர் பூசை செய்யும் பேதைகாள்

பூசையுள்ள தன்னிலே பூசை கொண்டது எவ்விடம்

என்று கடவுளுக்கு பூஜை புனஸ்காரங்கள் செய்வதை எகத்தாளப்படுத்துகிறார்.

சாதி பேதம் பேசுகின்ற தன்மை என்ன தன்மையோ

என்று சாதியக் கோட்பாட்டிற்கு எதிராகக் குரல் எழுப்புகிறார்.

இவ்வாறு சமூக அக்கறை கொண்டவராகவும், சாதி, மதம், சம்பிரதாயம் போன்றவற்றிற்கு எதிராகவும் உறுதியான சிந்தனை படைத்தவர்களாகவே சித்தர்கள் இருந்திருப்பது தெளிவாகிறது.

அவர்கள் மதத்திற்கு எதிரானவர்கள் என்றோ, கடவுள் நம்பிக்கைக்கு எதிரானவர்கள் என்றோ, மனித வாழ்க்கை முறைக்கு எதிரானவர்கள் என்றோ இதன்மூலமாகப் பொருள் கொள்தல் தவறு.

அவர்களைப் பொருத்தமட்டில் இச்சமூகத்தில் மனித நலனுக்கு எதிரானதாக மனிதர்களால் உருவாக்கப்பட்டவை அனைத்தும் தவறானவை என்பதே அர்த்தம்.

அவர்கள் விபூதி பூசிக் கொள்கிறார்கள். அவர்கள் சிவனை வழிபடுகிறார்கள்.

ஆனால் புதைந்து கிடக்கும் மூடநம்பிக்கைக்கு எதிராகத் தைரியமாகக் குரல் எழுப்புகிறார்கள்.,

இவ்வாறு சமூக அவலங்களை மட்டுமே சாடும் சித்தர்களைப் பெண்களின் எதிரிகள் என்று சித்தரிப்போரும் உண்டு.

ஆனால் உண்மையில் சித்தர்கள் பெண்களின் எதிரிகள் என்பது சரியான வாதமாக இருக்காது. அவர்கள் தங்கள் பாடல்களில், குறிப்பாகப் பட்டினத்தாரின் பாடல்களில் பெண்களின் உடல் அங்கங்களைக் கேலி செய்வதாக அமைந்திருக்கிறது. இதனால் பெண்களின் எதிரிகள் என்று சித்தர்களைக் குறிப்பிடுகின்றனர்.

உண்மையில் பெண்களைப் பெருமையோடு போற்றிப் புகழ்ந்துள்ளனர் சித்தர்கள் என்பதே உண்மை. மகளிரை அவர்கள் மதித்துள்ளனர்.

குறிப்பாக பட்டினத்தாரின் பாடல் ஒன்றின் மூலம் இதனை உறுதியாகச் சொல்லலாம்.

பேய் போல்திரிந்து பிணம் போல் கிடந்திட்ட பிச்சை எல்லாம்

நாய்போல் அருந்தி நரிபோல் உழன்று நன் மங்கையரைத்

தாய்போல் கருதித் தமர்போல் அனைவருக்கும் தாழ்மைசொல்லிச்

சேய்போல் இருப்பர் கண்டீர் உண்மை ஞானம் தெளிந்தவரே

இந்தப் பாடல் பெண்களை ஒருவர் எவ்வாறு அணுக வேண்டும் என்பதைத் தெளிவாக விளக்குகிறது.

எனவே சித்தர்கள் பெண்களைத் தாய்மையின் வடிவிலேயே கண்டார்கள். அவர்களை வெறும் போகப் பொருளாக மட்டுமே நினைத்து வாழ்பவர்களைத்தான் அவர்கள் வெறுக்கின்றனர்.

ஆக, சித்தர்களைப் பொருத்தமட்டில் அவர்கள் வீணான ஆடம்பரங்கள், பகட்டுகள் கொண்டவர்களாக இல்லாமல் இயற்கையோடு ஒன்றிணைந்தவர்களாக மட்டுமே இருந்தனர். அவர்களுக்குள் பரம்பொருளைக் கண்டுணர முயற்சித்தனர்.

இந்தச் சமூகத்தில் புரையோடிக் கிடக்கும் மூடநம்பிக்கைகளைக் களைவதற்காகப் போராடினார்கள். இவர்களும் அகோரிகளைப் போலவே புத்திசாலிகளுக்கு மட்டுமே தங்களது

நோக்கம் புரிந்தால் போதும் என்று செயல்படாமல் சாதாரண பாமரர்களையும் போய்ச் சேரவேண்டும் என்று நினைத்தனர். எனவேதான், அவர்களை வசப்படுத்துவதற்காகச் சில சித்து வேலைகளைச் செய்தார்கள்.

அதாவது இரசவாதம் என்று சாதாரண உலோகத்தைத் தங்கமாக மாற்றுவது, ஆகாயத்தில் பறந்து காட்டுவது போன்ற சித்து வேலைகளால் சாதாரண மக்களைத் தன்பக்கம் திருப்பி அவர்களைப் பீடித்திருக்கும் மூட நம்பிக்கைகளைக் களைய முயற்சிகளை மேற்கொண்டனர்.

இவ்வாறு மூட நம்பிக்கைகளை எதிர்த்தது, பெண்களை அன்னையாக மதித்தது, சித்து வேலைகளைக் காண்பித்தது, தங்களைத் தாங்களே கடவுள் என்று சொல்லிக் கொண்டது போன்ற சில விஷயங்கள் அகோரிகளின் செயல்பாட்டுடன் ஒத்துப் போவது உண்மையே.

ஆனாலும் அதற்காக சித்தர்களும் அகோரிகளும் ஒரே பிரிவைச் சார்ந்தவர்கள் என்பது சரியாக இருக்காது. அதனை நிரூபிக்கிற எந்தச் சான்றும் கிடையாது என்பது மட்டுமல்ல, முக்கியமான விஷயத்தில் இருவரும் ஒத்துப்போவதே கிடையாது.

சித்தர்கள் மாந்தரீகர்கள் கிடையாது. பேய் பிசாசு மீது அவர்களுக்கு நம்பிக்கை கிடையாது. சுடுகாட்டில் பிணத்திற்காகத் தவம் கிடப்பவர்கள் இல்லை. குறிப்பாக நரமாமிசம் என்பதை அவர்கள் நினைத்துப் பார்ப்பதும் கிடையாது.

இவ்வாறு முக்கிய நடவடிக்கைகளில் சித்தர்களும், அகோரிகளும் வேறுபடுகின்றனர். இருவரது நோக்கமும் ஒன்றாக இருந்தாலும் செயல்படும் விதம் வேறுவேறாகவே இருக்கிறது.

எனவே அகோரிகளையும் சித்தர்களையும் ஒப்பிட்டுப் பேசுவது நிச்சயம் தவறானது. இருவருக்கும் இடையே எந்தவிதமான ஒற்றுமையும் கிடையாது என்பதே உண்மையிலும் உண்மை.

14

அகோரிகள் : ஒரு முடிவுரை

அகோரிகள் எப்படிப்பட்டவர்கள்?

நல்லவர்களா? கெட்டவர்களா?

பக்திக்குரியவர்களா? பயங்கர மானவர்களா?

இவர்களது பக்தி முறை ஏற்றுக் கொள்ளக் கூடியதா? நிராகரிக்கப் பட வேண்டியதா?

சுடுகாட்டு சாம்பலைப் பூசித் திரியும் இவர்கள் வணங்கப்படத்தக்கவர்கள் தானா?

நரமாமிசத்தைப் புசிப்பதால் இவர்கள் காட்டுமிராண்டிகள் என்றாகிவிட மாட்டார்களா?

சந்திரனையும், சூரியனையும், செவ்வாயையும் வணங்கிக் கொண்டிருக்கும் நிலையில் செவ்வாய் கிரகத்திற்கு ராக்கெட் அனுப்பி பரிசோதனை நடத்திவரும் அதிஅற்புதத் தொழில் நுட்பத்தோடு மனிதர்கள் உயர் வளர்ச்சி அடைந்துவருகின்றனர். இந்நிலையில் இதுபோன்ற பக்தி முறைகளை எவ்வாறு ஏற்றுக்கொள்வது?

கழிவறை இல்லாத வீடு என்ற நிலைப்பாடே இல்லாத நிலையை உருவாக்க வேண்டும் என்ற அளவில் சிந்தனையோட்டம் இருந்துவரும் நேரத்தில் மனிதக் கழிவுகளை உண்பதை எப்படி அங்கீகரிக்க முடியும்?

சிவலிங்கத்தைப் புனிதமாகவும், முழுமுதற் கடவுளாகவும் நினைத்து பயபக்தியோடு தொழுதுவரும் இந்துக்கள், அந்த லிங்கத்தின் மீது சிறுநீர் கழிப்பதாகச் சொல்லப்படும் அகோரிகளின் செயல்பாட்டை அனுமதிக்க முடியுமா?

இப்படியெல்லாம் பல்வேறு கேள்விகள், சந்தேகங்கள் அனைவர் மனதிலும் சாதாரணமாக எழுவது இயல்பே. இப்படிப்பட்ட சந்தேகங்கள் எழாமல் போனால்

அகோரிகளைப் பற்றி அவர்கள் சரியாகப் படித்துத் தெரிந்து கொள்ளவில்லை என்றே அர்த்தம்.

இப்போது நாம் கடவுளை வழிபட்டு வரும் முறைகளைப் பற்றிப் பார்க்கலாம்.

யோகிகள், ஞானிகள், துறவிகள் உள்ளிட்டோர் துறவு நிலையை ஏற்று தியானம், யோகா போன்ற கலைகளைப் பயன்படுத்தி, மக்களோடு மக்களாகக் கலந்து, அதே நேரத்தில் தனித்துவத்தோடு காணப்பட்டு பக்தி மார்க்கத்தில் சென்று வருகின்றனர்.

புத்தர், சுவாமி விவேகானந்தர், ரமண மகரிஷி போன்ற பலரும் 'ஆசையே துன்பத்துக்குக் காரணம். எனவே ஆசையை ஒழித்து விடு' என்று போதித்தார்கள். அவ்வாறே அவர்களும் வாழ்ந்து காட்டினார்கள். இன்றளவும் அவர்கள் பேசப்பட்டும் போற்றப்பட்டும், வணங்கப்பட்டும் வருகின்றனர்.

ஆனால் இன்று காவி உடையணிந்து வலம்வரும் சுவாமிகள் பலர், 'அத்தனைக்கும் ஆசைப்படு' என்கின்றனர். 'ஆசைகளை அடக்கி வைப்பதால்தான் துன்பங்கள் ஏற்படுகிறது' என்று பழமையான இந்து மதத்தின் அடியாழத்தையே தகர்த்துவிடும் விதத்தில் போதனைகளை வழங்கி வருகின்றனர். இதுபோன்ற கவர்ச்சிகரமான போதனைகளால் ஏராளமானோர் கவரப்பட்டு அவர்களைச் சுற்றிச் சுற்றி வருவதையும் நாம் கண்கூடாகப் பார்த்து வருகிறோம்.

இவர்களும் சிவனையே வழிபடுகின்றனர். 'ஓம் சிவாய நம ஓம்' என்ற ஓங்காரத்தையே வெளிப்படுத்துகின்றனர்.

நம் ஊர்களில் கோயில் வாசல்களில் நிறைய பிச்சைக்காரர்களைப் பார்க்க முடிகிறது. அவர்களும் காவி உடை தரித்து, கையில் திருவோடு ஏந்தி, நெற்றி, மார்பு, கைகள் என்று உடம்பு முழுவதும் விபூதி பூசிக் கொண்டு பக்தர்களிடம் பிச்சை கேட்பார்கள்.

இவர்களும் சிவனையே வழிபட்டு வருவதை நாம் பார்க்க முடிகிறது.

இங்கே சிவன் என்பது பரம்பொருள் என்ற பொருளில் காண்பது நல்லது.

இப்போது சாதாரண பக்தர்களின் செயல்பாடுகளைப் பற்றிக் கொஞ்சம் அலசிப் பார்க்கலாம்.

சிவன் கோயில்கள் இருக்கின்றன. அங்கு திருவிழாக்கள் நடைபெறுவது உண்டு. தேரோட்டம், தெப்பத் திருவிழா போன்றவை நடைபெறும்.

அங்கு உயர்குடி மக்கள் அதிக அளவில் பங்கேற்பதும், திருவிழாவில் பண்பட்ட, உயர்தரமான வாசனையும், நிகழ்வுகளும் நடைபெறுவது வழக்கம்.

அதேநேரத்தில் அம்மன் கோயில்களில் நடக்கும் விழாக்களைப் பாருங்கள். அங்கே பாமரத்தனம் சற்று அதிகமாகத் தெரியும். அங்கு பாமர மக்களின் கூட்டம் களை கட்டும். ஆடு, கோழிகள் பலிகளும் நடைபெறும்.

இன்னும் சில அம்மன் கோயில் விழாக்களில் மயானக் கொல்லை என்ற சுடுகாட்டுப் பூஜைகள் நடப்பதையும் நாம் பார்க்கிறோம்.

அய்யனார், சுடலைமாடன் போன்ற கோயில்களில் பலி கொடுப்பது சர்வசாதாரணமானது. சில கோயில்களில் பன்றிகளைப் பலியிடுவதும், சாமியாடி அதன் இரத்தத்தை உறிஞ்சுவதும் உண்டு. நள்ளிரவில் மயானத்திற்குச் சென்று பூஜைகள் நடத்தும் சம்பிரதாய வழக்கம் இன்றும் நம் தமிழகத்தில் இருந்து கொண்டுதான் இருக்கிறது.

எல்லோருமே கடவுளைத்தான் வணங்குகிறார்கள். ஆனால் வணங்கும் முறைகள் வேறு வேறாக இருக்கிறது.

இதில் எது நல்லது?

எது கெட்டது?

தெரியாது.

இதற்கான பதிலை யார் சொல்வது? ஒவ்வொருவருக்கும் ஒவ்வொரு வகையான முறையில் ஆர்வம் இருக்கும். அதில் இது

தான் நல்லது, இது தான் சிறந்தது, இது ரொம்ப மோசம், இது தவறானது என்று ஒட்டுமொத்தமாக ஒரே மாதிரியான கருத்தை அனைவரும் பதிவு செய்வார்களா?

செய்ய மாட்டார்கள். முடியாது.

உதாரணமாக ஹோட்டலுக்கு உணவருந்தச் செல்கிறோம். அங்கே இட்லி இருக்கிறது, தோசை இருக்கிறது, ஊத்தப்பம் இருக்கிறது, இடியாப்பம் இருக்கிறது, சப்பாத்தி இருக்கிறது, பரோட்டா இருக்கிறது.... இப்படி எத்தனை எத்தனையோ வகையான பதார்த்தங்கள் இருக்கின்றன.

இதில் ஒருவர் இட்லி வாங்கிச் சாப்பிடலாம். இன்னொருவர் தோசை வாங்கிச் சாப்பிடலாம். மற்றொருவர் சப்பாத்தி வாங்கிச் சாப்பிடலாம்.

ஒவ்வொருவரும் அவரவர் விருப்பத்திற்கேற்ப சாப்பிடுவார்கள். சாப்பிட்டுவிட்டு அவரவர் கருத்தைச் சொல்வார்கள்.

ஆனால் இட்லி சாப்பிடுகிறவர் நாகரீகமற்றவர் என்றோ, பன்னீர் டிக்கா சாப்பிடுகிறவர்கள் நாகரீகத்தின் உச்சத்தில் இருப்பவர்கள் என்றோ நினைத்தால் அது சரியானதாக இருக்குமா?

இதற்கான பதில் உங்களிடமே விடப்படுகிறது.

யோசியுங்கள்.

நன்றாக யோசித்துப் பாருங்கள்.

உணவில் எது நல்லது, எது கெட்டது என்பதை யார் தீர்மானிப்பது?

இதேபோலத்தான் இறைவனைத் தொழுவதில் யாருடைய முறைப்பாடு சரியானது, யாருடைய முறைப்பாடு தவறானது என்பதை யார் தீர்மானிப்பது?

உங்களுக்குச் சரியென்று தோன்றுவது, மற்றொருவருக்கு தவறு என்று தோன்றும். தவறு என்று தோன்றுவதால் அவர் தவறானவராகி விடுவாரா?

எனவே அகோரிகளின் பக்தி முறை தவறானது என்று வாதிப்பதும். அதனைத் தவறு என்று பெரும்பாலானோர் சொல்வதால் மட்டும் அது தவறானதாகி விடுமா?

ஜக்கி வாசுதேவ் அல்லது ஸ்ரீ ஸ்ரீ ரவிசங்கர்ஜியின் தியான முறைகள்தான் சரியானது என்று பெரும்பாலானோர் சொல்வதால் அது சரியானது என்று முத்திரை குத்திவிட முடியுமா?

ஜக்கி வாசுதேவ்

ஸ்ரீ ஸ்ரீ ரவிசங்கர்ஜி

சரி, இப்போது அகோரிகளின் அடிப்படை என்ன என்பதைப் பற்றிப் பார்க்கலாம்.

ஒருவர் பிறக்கும்போதே அகோரியாகப் பிறப்பதில்லை. சிறுவனாக இருக்கும்போது அகோரிகளைப் பற்றிக் கேட்டும், படித்தும், அவர்களைப் பார்த்தும், அவர்களது செயல்பாடுகளைக் கண்டும்... இப்படி ஏதோ ஒரு விதத்தில் ஈர்க்கப்படுகின்றனர்.

அவர்களின் ஒரே நோக்கம் மறுபிறவி இல்லாத நிலையை அடைவது. சிவனின் மற்றொரு வடிவான பைரவரோடு சென்று இணைந்து விடுவது.

இது மட்டுமே அவர்களது நோக்கம்.

இது ஒன்றே அவர்களது ஆசை.

இது ஒன்றே அவர்களது கொள்கை.

இதற்காகவே அவர்கள் இந்த மார்க்கத்தைத் தேர்ந்தெடுத்து அதில் சரணாகதி அடைகின்றனர்.

இறப்புக்குப் பிறகு இறைவனை அடைய முடியும் என்பதை அவர்கள் பரிபூர்ணமாக நம்புகின்றனர்.

மறுபிறவி என்பதைக் கடந்துவிட முடியும் என்று உறுதியாக நம்புகிறார்கள்.

ஆக, அவர்கள் இந்த வழிமுறையைக் கடைப்பிடித்து அகோரியாக உருவெடுப்பதற்கு முழுமுதற் காரணம் -

நம்பிக்கை!

அந்த நம்பிக்கையைத் தங்கள் மரணம் வரையிலும் உறுதியாகப் பற்றி நிற்கிறார்கள்.

அதாவது ஞானிகள், துறவிகள், சாதுக்களைப் போலவே இவர்களும் நம்பிக்கையைக் கடைசி வரை இழப்பதே கிடையாது. அவர்களது குருநாதரின் கூற்றுப்படி நடந்து கொள்கின்றனர். அவ்வளவே.

நம்பிக்கை என்று வருகிறபோது அது நம்மைப் போன்ற சாதாரண மனிதர்களிடம் எவ்வாறு இருக்கிறது என்பதைப் பற்றியும் பார்ப்பது நல்லது.

நாமும் தினமும் வீட்டில் விளக்கேற்றி பூஜை செய்கிறோம். அவ்வப்போது கோயிலுக்கும் செல்கிறோம்.

ஆனால் இதையெல்லாம் ஒரு கடமையாகவே செய்து வருகிறோம். இப்படிச் செய்யவில்லை என்றால் தெய்வக் குற்றம் ஏற்பட்டுவிடும் என்ற பயஉணர்ச்சி காரணமாகவே இவ்வாறு செய்கிறோம்.

இதனை நம்பிக்கை என்று சொல்ல முடியுமா?

நிச்சயமாகக் கிடையாது.

பயம் என்பது நிச்சயம் நம்பிக்கையாக இருக்க முடியாது.

ஆனால் அதே நேரத்தில் ஒரு இக்கட்டான நிலை ஏற்படுகிறது என்று வைத்துக் கொள்வோம். வேகமாகச் சென்று கொண்டிருக்கும்போது உங்கள் வாகனத்தில் பிரேக் பிடிக்காமல் போய்விடுகிறது என்று வைத்துக் கொள்வோம்.

என்ன செய்வீர்கள்?

பதற்றப்படுவீர்கள். எப்பாடு பட்டாவது வாகனத்தை

நிறுத்துவதற்கு உங்களாலான அனைத்து முயற்சிகளையும் செய்து பார்ப்பீர்கள்.

அப்படியிருந்தும் எதுவும் பலனளிக்கவில்லை என்று வைத்துக் கொள்ளுங்கள்.

அப்போது என்ன செய்வீர்கள்?

உங்களின் இஷ்ட தெய்வத்தை நினைக்கத் தொடங்குவீர்கள். பிரார்த்திப்பீர்கள்.

நேரம் ஆக ஆக பிரார்த்தனை அதிகரித்துக் கொண்டே போகும். அப்புறம் வேறு வழியே இல்லை என்ற நிலையில் இஷ்ட தெய்வத்திடம் முழுமையாகச் சரணாகதி அடைவீர்கள்.

அப்போதுதான் கடவுள் மீதான முழு நம்பிக்கையும் உங்களின் உள்ளுக்குள் இருந்து விரைந்து கிளம்பும். நேரம் அதிகரிக்க அதிகரிக்க இன்னும் அந்த நம்பிக்கையின் வேகம் கூடிக்கொண்டே போகும்.

அதாவது கடவுள் மீது -

நம்பிக்கை, நம்பிக்கை, நம்பிக்கை!

ஒருவழியாக விபத்து ஏதும் இல்லாமல் வாகனம் நின்று விட்டது என்று வைத்துக் கொள்ளுங்கள்.

என்ன செய்வீர்கள்?

'தாங்க் காட்' என்று கண்களை மூடிக் கொண்டு கடவுளுக்கு நன்றி கூறுவீர்கள்.

அவ்வளவுதான். அத்தோடு முடிந்துவிடும் கடவுள் மீதான உங்கள் நம்பிக்கை.

அப்புறம் பழையபடி உங்கள் வாழ்க்கையைத் தொடங்கி விடுவீர்கள்.

இதுதான் சாதாரண மனித இயல்பு.

கடவுள் மீதான நம்பிக்கை ஆபத்துக் காலங்களில் மட்டுமே உங்களிடம் அதிகம் காணப்படும்.

ஆனால் அகோரிகளோ ஆரம்பம் முதல் முடிகிற வரையில்

நம்பிக்கையை சற்றும் இழக்காமல் பிடிப்புடன் தங்கள் வாழ்க்கையை நகர்த்திச் செல்கின்றனர்.

நம்பிக்கை என்பது யாரிடம் அதிகம் காணப்படுகிறது என்பது இப்போது நமக்குப் புரிகிறது.

நம்பிக்கை யாரிடம் நிறைந்திருக்கிறதோ அவர்களே தன்னம்பிக்கை உடையவர்களாகத் திகழ்வர்.

இது தன்னம்பிக்கையாளர்களின் கருத்து. வெற்றி பெற்றவர்களும் இதைத்தான் உண்மை என்கின்றனர்.

அப்படியானால் நம்பிக்கை அதிகமாகக் கொண்டிருக்கும் அகோரிகள் வெற்றியாளர்களாகத்தானே இருக்க வேண்டும்!

இப்படிப் பல கோணத்தில் நம் சிந்தையைச் செலுத்தி யோசித்துப் பார்த்தால் அகோரிகளை காட்டுமிராண்டிகள் என்று சொல்வதை ஏற்கமுடியவில்லை.

அந்தமான் தீவுகளில் பழங்குடியின மக்கள் இருக்கிறார்கள். அவர்களும் நிர்வாண கோலத்தில் முடியை வளர்த்துக் கொண்டுதான் திரிந்து கொண்டிருக்கிறார்கள்.

அவர்களுக்கும் ஒரு லட்சியம் உண்டு.

அதாவது பசிக்கிறபோது வயிற்றுக்கு ஏதாவது போட்டுக் கொள்ள வேண்டும். அந்தப் பகுதிக்கு வரும் சுற்றுலாவாசிகளிடம் இருந்து உணவுப் பொருட்களைப் பிடுங்கித் தின்பதும், இரந்து வாங்கித் தின்பதும் நடக்கிறது.

இப்படிப்பட்ட காட்டுவாசிகளை அகோரிகளுடன் எப்படி ஒப்பீடு செய்ய முடியும்?

அகோரிகள் தங்களுக்கென்று ஒரு லட்சியத்தைக் கொண்டிருப்பவர்கள். அதுவும் சாதாரண பொருள் தேடும் லட்சியம் கிடையாது. பெண் தேடும் லட்சியம் கிடையாது. உணவு தேடும் லட்சியம் கிடையாது. வீடு வாங்கும் லட்சியம் கிடையாது. கார் வாங்கும் லட்சியம் கிடையாது. வெளிநாடுகளுக்கு விமானத்தில் பறந்து செல்லும் லட்சியம் கிடையாது. ஊழல் செய்து பெரும் பணம் சம்பாதிக்கும் லட்சியம் கிடையாது.

அதையும் தாண்டி புனிதமான ஒரு லட்சியத்தை அவர்கள் கொண்டிருக்கின்றனர்.

சாதாரணக் கண்களால் பார்க்கும் சாதாரண மனிதர்களாகிய நமக்கு இவர்களின் உயர்ந்த உன்னதமான லட்சியம் தெரிவதில்லை. மாறாக அவர்கள் அதனை அடைய முயற்சிக்கும் வழிமுறைகள் மட்டுமே தெரிகிறது.

அது அழுக்காகவும், அவலட்சணமாகவும், பயங்கரமாகவும் இருப்பதால் அத்துடன் நமது பார்வையை நாம் நிறுத்திக் கொண்டு விடுகிறோம். அவர்கள் லட்சியத்தை மறந்து விடுகிறோம்.

இப்படித்தான் நினைக்கத் தோன்றுகிறது.

இந்த வாதம் சரியானதாக இருக்கும் என்றும் தோன்றுகிறது.

என்னடா இவன்! அகோரிகள் என்னும் பயங்கர செயல்களைக் கொண்டிருப்பவர்களுக்கு வக்காலத்து வாங்குகிறானே என்று நினைத்தால்... அது நினைப்பின் கோளாறாகவும் இருக்கலாம். அல்லது அதுவே உண்மையான கருத்தாகவும் இருக்கலாம்.

அதற்கான விளக்கம் தெரியவில்லை.

ஆனால் அகோரிகள் என்பவர்கள் நிச்சயமாக நாகரீகமற்ற காட்டுவாசிகள் என்பது தவறானது என்கிற உண்மை மட்டும்

தெளிவாகவே புலப்படுகிறது.

அவர்களிடம் ஏதோ ஒருவிதமான சிந்தனை இருக்கிறது. அதாவது மூடத்தனமான பக்தி முறையைத் தாண்டி, சமூக சிந்தனை சார்ந்த ஏதோ ஒரு விசாலமான எண்ணம் அவர்களிடம் புதைந்து கிடக்கிறது.

இச்சமூகம் அழுக்குகள் நிறைந்தது.

இந்த உலகம் அழுக்கான எண்ணங்களைக் கொண்டு இயங்கிக் கொண்டிருக்கிறது.

அவற்றைப் போக்க வேண்டும்.

அந்த அழுக்குகளை அவர்களிடம் இருந்து பெற்று, இந்த உலகத்தைத் தூய்மையானதாக மாற்ற வேண்டும்.

இதனை அடிப்படையாகக் கொண்டே அகோரி சாதுக்கள் இயங்கி வருகின்றனர்.

அவர்கள் மனிதர்களின் பாவங்களைக் களையவே பிறப்பெடுத்திருப்பதாகக் கருதுகிறார்கள்.

இவ்வாறு பாவங்களைக் களைய இவர்கள் ஏன் முயற்சிக்க வேண்டும்?

ஏனென்றால் இவர்கள் தங்களையே கடவுளாக நினைக்கின்றனர். சிவபெருமானின் மற்றொரு அவதாரமான பைரவரின் வழித்தோன்றல்களாக அவர்களை நினைக்கின்றனர்.

இது உண்மையா, பொய்யா என்பது வாதத்திற்கு அப்பாற்பட்டது.

உண்மையாகவும் இருக்கலாம், இல்லாமலும் போகலாம்.

அதைப் பற்றிய வாதங்களைப் பற்றி அகோரிகள் கவலைப்படுவதில்லை.

ஆனால் தங்களைக் கடவுளாகவும், பைரவரின் இனத்தைச் சார்ந்தவர்களாகவும் முழுமையாக நம்புகின்றனர்.

அதாவது ஒரு மனிதனுக்கு அடிப்படைத் தேவையான நம்பிக்கையை இவர்கள் வளர்த்துக் கொண்டுள்ளனர். அதை

நோக்கியே பயணப்பட்டுக் கொண்டிருக்கின்றனர். அந்தப் பயணத்தில் குறுக்கீடு செய்ய முயலும் எதைப் பற்றியும் அவர்கள் கவலைப்படுவதில்லை. மாறாக உதாசீனப்படுத்துகின்றனர். இதுபோன்ற தடைகளைப் புன்முறுவலுடன் நீக்கிவிட்டு தங்கள் பயணப்பாதையை விட்டு விலகாமல் சென்று கொண்டிருக்கின்றனர்.

இப்போது கடைசியாக ஒரேயொரு புராணக் கதையைக் கூறி முடிக்கலாம். அது உங்கள் அனைவரையும் மறுபடியும் யோசிக்கத் தூண்டுவதாக அமையும் என்ற நம்பிக்கை உறுதியாக இருக்கிறது.

கங்கையில் நீராடினால் அனைத்து பாவங்களும் தொலைந்து போய்விடும் என்றும், சொர்க்கத்தை அடைய முடியும் என்றும் இந்துக்கள் பலரும் நம்பி வருகின்றனர். ஆனால் இதனை நம்பாமல் கிண்டல் செய்வோரும் உண்டு.

ஒருமுறை சிவபெருமானும் பார்வதி தேவியும் தனிமையில் அமர்ந்திருக்கின்றனர். அப்போது பார்வதி தேவி சிவனிடம்

கேட்டார்: “கங்கையில் நீராடினால் முக்தி பெறலாம் என்பதாகப் பலரும் நம்பிக்கை வைத்துள்ளனர். ஆனால் அவ்வாறு கங்கையில் நீராடும் அனைவருமே முக்தியை அடைவது கிடையாது. ஒரு சிலர் மட்டுமே முக்தியைப் பெறுகிறார்கள். அது ஏன் சுவாமி?”

பார்வதி தேவியைப் பார்த்து அர்த்தத்துடன் புன்னகைத்த சிவன், “இதற்கான காரணத்தை நான் உன்னிடம் விளக்குவதைக் காட்டிலும் நேரடியாகவே காண்பிப்பதுதான் நல்லது. என்னோடு வா” என்று கூறி தேவியை அழைத்துக் கொண்டு கங்கைக் கரைக்கு வருகிறார்.

அங்கே அவர்கள் இருவரும் முதியவர்களைப் போல உருமாற்றம் அடைந்தனர். கரையில் அமர்ந்து கொண்டனர்.

கங்கையில் நீராடிய பக்தர்கள் கரைக்கு வந்து கொண்டிருந்தனர். அவர்களிடம், “ஐயா, பெரியவர்களே! நாங்கள் இருவரும் முதியவர்கள். எங்களால் நதியில் இறங்கி நீராட முடியவில்லை. அதற்கு எங்கள் உடம்பும் இடம்தர மறுக்கிறது. நீங்களோ கங்கை நதியில் நீராடி உங்கள் பாவங்களைத் தொலைத்து புண்ணியம் பெற்றுள்ளீர்கள். அப்படி நீங்கள் அடைந்த புண்ணியத்தை எங்களுக்கு வழங்கிச் செல்லுங்கள். நாங்கள் மிகவும் மகிழ்ச்சி அடைவோம். உங்களுக்கு நன்றி உடையவர்களாகவும் இருப்போம்'' என்றார் முதியவர் வேடத்தில் இருந்த சிவபெருமான்.

ஆனால் அவ்வாறு நீராடிவிட்டு வந்தவர்களோ இவர்களை ஒரு மாதிரியாகப் பார்த்துவிட்டு, புண்ணியத்தை வழங்க மறுத்துவிட்டுச் சென்றனர்.

இவ்வாறு யாருமே உதவ முன்வராத நிலையில் இளைஞன் ஒருவன் நீராடிவிட்டு கங்கையில் சிறிய குடத்தில் நீரை நிரப்பியவாறு கரைக்கு வந்து கொண்டிருந்தான்.

அவனிடமும் பரமன் அவ்வாறே புண்ணியத்தைத் தந்து உதவுமாறு கேட்டுக்கொண்டார்.

அந்த இளைஞனும் மனம் இரங்கி தனது குடத்தில் இருந்த கங்கை நீரை அவர்கள் இருவரின் கரங்களிலும் ஊற்றினான்.

அப்புறம், "வயதான முதியவர்களே! இதோ, நான் பெற்ற புண்ணியங்கள் அனைத்தையும் உங்களிடம் சமர்ப்பிக்கிறேன். பெற்றுக் கொள்ளுங்கள்" என்றான்.

உடனே சிவபெருமான், "இளைஞனே, நீ பெற்ற புண்ணியம் அனைத்தையும் எங்களுக்குத் தந்து விட்டாயே. உனக்கு புண்ணியம் வேண்டாமா?" என்று அந்த இளைனைப் பார்த்துக் கேட்டார்.

அதற்கு அவன், "ஐயா, கங்கை என்ன நம்ம ஊர் மெட்ரோ தண்ணீரைப் போல சொட்டு சொட்டாகவா வருகிறது. இதோ பாருங்கள், பிரவாகமாகப் பொங்கி ஓடுகிறது. என் புண்ணியம் தீர்ந்து போனால் என்ன? இன்னொரு முறை மீண்டும் இந்தப்

புனித கங்கையில் நீராடினால் எனக்குப் புண்ணியம் கிடைத்துவிடும்" என்றான் மிகுந்த நம்பிக்கையோடு. அப்படியே திரும்பி மீண்டும் நதியில் இறங்க முற்பட்டான்.

அப்போது முதியவர்கள் வேடத்தில் இருந்த சிவபெருமானும், பார்வதி தேவியும் தங்கள் திருவடியைக் காட்டி அவனுக்கு முக்தியை அளித்தனர்.

அதாவது கங்கை நதியில் குளிக்கக் குளிக்க பாவம் தொலைந்து புண்ணியம் அதிகரிக்கும், முக்தி கிடைக்கும் என்ற பரிபூர்ண நம்பிக்கை அந்த இளைஞனிடம் இருந்த ஒரே காரணத்தால்தான் அவனுக்கு சிவ தம்பதியர் முக்தி அளித்தனர்.

இங்கே நீங்கள் கவனிக்க வேண்டியது ஒன்றே ஒன்றைத்தான்.

அதாவது -

நம்பிக்கை!

அது இருந்தால் அனைத்து நன்மைகளும் நம்மைத் தானாகவே வந்து சேரும்.

✦

www.ingramcontent.com/pod-product-compliance
Lightning Source LLC
LaVergne TN
LVHW060625051026
849519LV00002B/766
* 9 7 8 9 3 8 7 6 5 5 6 1 4 *